ഒരാണിന്
പല പെണ്ണുങ്ങൾ

oraninu pala pennungal
ormma/ anubhavam

•

p t muhammed sadiq

•

first edition
october 2015

•

typesetting & published
chintha publishers, thiruvananthapuram

•

cover
midas

•

വിതരണം

ദേശാഭിമാനി ബുക്ക് ഹൗസ്

H O തിരുവനന്തപുരം–695 035
phone: 0471-2303026, 6063026
www.chinthapublishers.com
chinthapublishers@gmail.com

ബ്രാഞ്ചുകൾ

ഹെഡ്ഡാഫീസ് ബ്രാഞ്ച് കുന്നുകുഴി • സ്റ്റാച്യു തിരുവനന്തപുരം • കെ എസ് ആർ ടി സി ബസ് സ്റ്റേഷൻ ആലപ്പുഴ • കെ എസ് ആർ ടി സി ബസ് സ്റ്റേഷൻ എറണാകുളം • ചിറ്റൂർ റോഡ് എറണാകുളം • മച്ചിങ്ങൽ ലെയിൻ തൃശൂർ • ഐ ജി റോഡ് കോഴിക്കോട് • മാവൂർ റോഡ് കോഴിക്കോട് • എൻ ജി ഒ യൂണിയൻ ബിൽഡിങ് കണ്ണൂർ • സെൻട്രൽ ബസ് ടെർമിനൽ കോംപ്ലക്സ് താവക്കര കണ്ണൂർ

CO - 2253 / 3736

ഒരാണിന് പല പെണ്ണുങ്ങൾ

(ഓർമ്മ/അനുഭവം)

പി ടി മുഹമ്മദ് സാദിഖ്

ചിന്ത പബ്ലിഷേഴ്സ്
തിരുവനന്തപുരം-695 035
വില : ₹ 95

പി ടി മുഹമ്മദ് സാദിഖ്

കോഴിക്കോട് ജില്ലയിലെ കല്ലൂരുട്ടി പുൽപറമ്പിൽ ആമിന യുടെയും മുന്നൂര് പി ടി അബ്ദുല്ലയുടെയും മകനായി ജനിച്ചു. പത്രപ്രവർത്തകൻ. മാധ്യമം, സൗദി അറേബ്യയിൽ നിന്ന് പ്രസിദ്ധീകരിക്കുന്ന മലയാളം ന്യൂസ്, ടി വി ന്യൂ, ഇന്ത്യാവിഷൻ എന്നിവയിൽ പ്രവർത്തിച്ചു. ഇപ്പോൾ സു പ്രഭാതം ദിനപത്രത്തിൽ. *യത്തീമിന്റെ നാരങ്ങാമിഠായി* (ഓർമ്മക്കുറിപ്പുകൾ), *മൊയ്തീൻ കാഞ്ചനമാല -ഒരു അപൂർവ്വ പ്രണയ ജീവിതം* എന്നീ കൃതികൾ പ്രസിദ്ധീക രിച്ചിട്ടുണ്ട്.

ഭാര്യ	:	റംല
മക്കൾ	:	ബാദിർ സാദിഖ്, ദയ സാദിഖ്.
വിലാസം	:	ദയാബാദ് ഹൗസ്, പാഴൂർ പി ഒ
		കോഴിക്കോട്, കേരള – 673661
ഇമെയിൽ	:	ptsadik@gmail.com

ഉള്ളടക്കം

പ്രസാധകക്കുറിപ്പ്

ഒരാണിന് പല കാലങ്ങളിൽ പല പെണ്ണുങ്ങളുമായുണ്ടാ
യിരുന്ന ഹൃദയബന്ധങ്ങളുടെ സുഗന്ധപുഷ്പങ്ങളാണ് ഈ
പുസ്തകത്തിലെ കുറിപ്പുകൾ. ആൺ പെൺ ബന്ധ
ത്തിന്റെ സങ്കീർണ്ണതകളും വിഹ്വലതകളും സൗന്ദര്യവും
ഇതിലെ രചനകളിൽ തുടിച്ചു നില്ക്കുന്നു. ബാല്യ കൗമാ
രങ്ങളും പ്രവാസവും ചേരുമ്പോൾ ഓർമ്മകളുടെ ചെപ്പ്
തുറക്കപ്പെടും. ഇതിലെ കുറിപ്പുകൾ വായിക്കുമ്പോൾ
ഓരോ മനുഷ്യനും അവനവന്റെ ഓർമ്മകളിലേക്കായി
രിക്കും ഊളിയിടുന്നത്. ഓർമ്മകൾ നിരുപദ്രവങ്ങളായ
കേവലം ഓർത്തെടുക്കലുകളല്ല; നിരന്തരമായ ചരിത്ര
നിർമ്മിതികൂടിയാണ്.
ഓർമ്മകളുടെ ഈ സുഗന്ധക്കൂട്ട് വായനക്കാരനെ അവന്റെ
ഓർമ്മച്ചെപ്പ് തുറക്കാൻ വഴിയൊരുക്കുമെന്നുറപ്പ്.

ചിന്ത പബ്ലിഷേഴ്സ്

ഒരാണിന് പല പെണ്ണുങ്ങൾ

എനിക്ക് ഒരു അമ്മായിയുണ്ട്. ബാപ്പയുടെ മൂത്ത പെങ്ങൾ. ഞങ്ങ ളുടെ പെണ്ണമ്മായി. കുട്ടിക്കാലത്ത് വീട്ടിൽ വന്ന് തിരിച്ചു പോകുമ്പോൾ അവർ എന്നെയും കൂടെ കൊണ്ടുപോകും. കൊണ്ടുപോയില്ലെങ്കിൽ ഞാൻ വാശി പിടിച്ചു കരയും. പാലാട്ടു പറമ്പിൽ അവരുടെ വീടിനു മുന്നിൽ ഒരു കൈത്തോടുണ്ട്. മഴക്കാലത്ത് അതിൽ നിറയെ വെള്ളവും വെള്ള ത്തിൽ നിറയെ മീനുകളുമുണ്ടാകും. മുണ്ട് നിവർത്തി കൈത്തോട്ടിൽ നിന്ന് മീനുകളെ അരിച്ചെടുക്കാം. കുഞ്ഞാലും കുഞ്ഞനും ചെറിയാപ്പുവും കൂട്ടുണ്ടാകും. ചിലപ്പോൾ കൈത്തോട് ഒഴുകിച്ചെല്ലുന്ന വയലിൽ പോയി മീൻ ഊറ്റും. അല്ലെങ്കിൽ വയലിലെ വാഴത്തോട്ടത്തിലെ വലിയ ചാലുക ളിൽ കെട്ടി നില്ക്കുന്ന വെള്ളത്തിലാകും മീൻപിടിത്തം.

രാത്രി ഹോട്ടലിൽ നിന്ന് ജോലി മതിയാക്കി വരുന്ന 'അമ്മിക്കാക്ക' പൊറോട്ടയും കായപ്പവും നെയ്യപ്പവുമൊക്കെ കൊണ്ടുവരും. അമ്മായി യുടെ ഭർത്താവാണ് അമ്മിക്കാക്ക. അമ്മായിക്കാക്ക എന്ന വലിയ വാക്ക് എന്റെ കുഞ്ഞു വായിൽ കിടന്ന് ചളുങ്ങി അമ്മിക്കാക്കയാകുകയായിരുന്നു.

വിരുന്നുകാരനായതുകൊണ്ട് അമ്മിക്കാക്ക കൊണ്ടുവരുന്ന പലഹാ രങ്ങളിൽ എപ്പോഴും എനിക്കൊരു പങ്ക് അധികം കിട്ടും. കുഞ്ഞാളോ കുഞ്ഞനോ ഒരിക്കലും അതിൽ അസൂയപ്പെട്ടിട്ടില്ല. തിരിച്ചു പോരുമ്പോൾ മണാശ്ശേരിയിൽനിന്ന് മിഠായി വാങ്ങാൻ ചില്ലറപ്പൈസയും തരുമായിരുന്നു അമ്മിക്കാക്ക. കൈത്തോട്ടിലെ മീൻപിടിത്തത്തിനു പുറമെ, അമ്മിക്കാക്ക കൊണ്ടുവരുന്ന പലഹാരങ്ങൾ കൂടി കൊതിച്ചു തന്നെയായിരുന്നു അക്കാ ലത്ത് പാലാട്ട് പറമ്പത്തേക്കുള്ള യാത്രകൾ. പിന്നെ തിരിച്ചു പോരാൻ നേരം തരുന്ന ചില്ലറത്തുട്ടുകളും.

പിന്നീട് എപ്പോഴോ അമ്മിക്കാക്ക ഒരു വില്ലനായി. ഒട്ടും മധുരമി

ല്ലാത്ത ഓർമ്മകളിലേക്ക് മാത്രമേ അതിനുശേഷം ആ മുഖം തെളിഞ്ഞു വന്നിട്ടുള്ളൂ. ഭാര്യമാരോട് ക്രൂരമായി പെരുമാറുന്ന ഭർത്താക്കന്മാരെ കഥ കളിൽ വായിക്കുമ്പോൾ ഞാൻ കാണുന്നത് ആ മുഖമാണ്..

ഒരു ദിവസം അമ്മിക്കാക്ക അമ്മായിയോട് പറഞ്ഞുവത്രെ:

"കൊന്നു കളയും പൊലയാടിച്ചേ..."

പിന്നെ കാണുന്നവരോടൊക്കെ അദ്ദേഹം പറഞ്ഞു:

"ഓളെ ഞാൻ കൊല്ലും. ഓളേം മക്കളേം ഞാൻ കൊല്ലും."

ഹോട്ടലിനടുത്തുള്ള വീട്ടിലെ ചെറുപ്പക്കാരിയോട് അമ്മിക്കാക്കയ്ക്ക് തോന്നിയ കമ്പമാണ് ആ മനസ്സിലെ മധുരം മായ്ച്ചു കളഞ്ഞത്. അവളെ കെട്ടാനുള്ള മൂപ്പരുടെ പുറപ്പാടാണ് എല്ലാ പ്രശ്നങ്ങൾക്കും കാരണമായ ത്. അമ്മിക്കാക്ക രണ്ടോ മൂന്നോ കെട്ടുന്നതിന് പള്ളിക്കാരും പണ്ഡിത ന്മാരും എതിരല്ല. മുസ്ലീം പുരുഷന് നാലു വരെ കെട്ടാം. ഖാദിയാർ നിക്കാഹ് ചെയ്തു കൊടുക്കും. കെട്ടുന്നവന് വേറെ പെണ്ണും മക്കളുമു ണ്ടോ? അവരുടെ ജീവിതമെന്താകും തുടങ്ങിയ കാര്യങ്ങളൊന്നും ഒരു പള്ളിക്കാരും ആലോചിക്കില്ല. ചെറുത്തു നില്ക്കാൻ പെണ്ണിന് കരുത്തു ണ്ടാകില്ല. മതത്തിൽ അവൾക്ക് ന്യായവുമുണ്ടാകില്ല.

അതു രണ്ടും പെണ്ണമ്മായിക്കുമുണ്ടായിരുന്നില്ല. അമ്മായി പക്ഷേ, ഒന്നു ചെയ്തു. അമ്മിക്കാക്ക രണ്ടാം കെട്ടിന് കുപ്പായമിടും മുമ്പേ, അഞ്ച് മക്കളെയും കൂട്ടി നേരെ സ്വന്തം വീട്ടിലേക്ക് പോന്നു. അതൊരു പോരാ ട്ടത്തിന്റെ തുടക്കമായിരുന്നു. വാളും പരിചയുമെടുത്ത് അമ്മായി പടയ്ക്കി റങ്ങിയില്ല. ചിരിക്കുന്ന മരപ്പാവയിലെ അബുൽ ഹസൻ പറഞ്ഞപോലെ പെണ്ണുകെട്ടു വീരന്മാരുടെ ലിംഗം അരിഞ്ഞു കഴുത്തിൽ തൂക്കിയിടാ നൊന്നും അമ്മായി പോയില്ല. അവർ ഒറ്റയ്ക്കു ജീവിച്ചു. ഒരാൺ തുണ യില്ലാതെ ബാക്കി ജീവിതം ജീവിച്ചു തീർക്കാമെന്ന് അവർ തീരുമാനി ച്ചു. തോന്നുമ്പോഴൊക്കെ പെണ്ണു കെട്ടുന്ന പുരുഷന്മാർക്കെതിരെ സ്വന്തം ജീവിതംകൊണ്ട് പോരാടുന്ന ധീര വനിതയായിട്ടാണ് ഞാൻ പെണ്ണമ്മാ യിയെ കാണുന്നത്.

ഇറങ്ങിപ്പോരുമ്പോൾ എന്തായിരുന്നു മനസ്സിലെന്ന് അമ്മായിയോട് മുതിർന്ന ശേഷം ഞാൻ ചോദിച്ചിട്ടുണ്ട്. അവരുടെ മുന്നിൽ ശൂന്യത മാത്ര മേ ഉണ്ടായിരുന്നുള്ളുവെന്ന് എനിക്ക് ഊഹിക്കാവുന്നതേയുള്ളു. വെല്ല്യാ പ്പക്കോ എന്റെ ബാപ്പ ഉൾപ്പെടെ ആങ്ങളമാർക്കോ അമ്മായിക്കും അഞ്ച് മക്കൾക്കും ഒരു നേരത്തെ ആഹാരം പോലും കൊടുക്കാൻ കഴിയുമാ യിരുന്നില്ല.

കൈത്തോടിന്റെ കരയിലുള്ള പാലാട്ട് പറമ്പിലെ വീട് വിറ്റ് അവർ അങ്ങാടിക്കടുത്ത് പുതിയ സ്ഥലവും വീടും വാങ്ങിയിരുന്നു. മൂപ്പര് വേറെ പെണ്ണുകെട്ടാനൊരുങ്ങിയപ്പോൾ മധ്യസ്ഥർ ഇടപെട്ട് ആ വീട് അമ്മാ യിയുടെ പേരിൽ രജിസ്റ്റർ ചെയ്തു. അതോടെയാണ് മനസ്സിലെ മധുരം മുഴുവൻ വറ്റി അമ്മിക്കാക്ക യഥാർത്ഥ വില്ലനായത്. ഇറങ്ങിപ്പോരുകയ ല്ലാതെ അമ്മായിക്ക് വേറെ വഴിയുണ്ടായിരുന്നില്ല.

അങ്ങാടിയിലെ പുതിയ വീട് വിറ്റ്, നാട്ടിൽ തന്നെ ചെറിയൊരു വീടു വാങ്ങി. അതിൽ അമ്മായിയും അഞ്ച് മക്കളും. കുഞ്ഞാൾ രണ്ടിലോ മൂന്നിലോ ആയിരുന്നു സ്കൂളിൽ. അവളുടെ പഠനം അതോടെ നിർത്തേണ്ടിവന്നു. കാരണം പുതിയ വീട്ടിൽ താമസം തുടങ്ങിയതിന്റെ പിറ്റേ ദിവസമാകണം അമ്മായി ജോലിക്കു പോകാൻ തുടങ്ങിയത്. കുഞ്ഞനെയും ചെറിയാപ്പുവിനെയും അമ്മായി വേദനയോടെ യത്തീം ഖാനയിൽ ചേർത്തു. ചെറിയ കുട്ടികളെ നോക്കാൻ ആളില്ലാത്തതുകൊ ണ്ടാണ് കുഞ്ഞാളുടെ സ്കൂൾ പഠനം നിർത്തിയത്. അമ്മായി വീടുക ളിൽ ജോലിക്ക് പോകുമ്പോൾ അവൾ കുട്ടികളെ നോക്കി വീട്ടിലിരിക്കും. നേരാംവണ്ണം എഴുതാനും വായിക്കാനും പോലും കഴിയാതെ പഠനം മുറി ഞ്ഞുപോയ സങ്കടം പറഞ്ഞ് അവളിപ്പോഴും കരയും. യു പി സ്കൂളിലെ ഹെഡ്മാസ്റ്റർ അത്തോളി മാഷുടെ വീട്ടിലാണ് അമ്മായി പണിക്കു പോയിരുന്നത്. ഉച്ചനേരത്ത് ആഹാരം കഴിക്കാതെ കളിച്ചു നടക്കുന്ന ചില ദിവസങ്ങളിൽ മാഷ് എന്നെ പിടിച്ചു വീട്ടിൽ കൊണ്ടുപോയി ചോറു തരാറുണ്ടായിരുന്നു. അന്നേരം അടുക്കളയിലെ എച്ചിൽപ്പാത്രങ്ങൾക്കിട യിൽ അമ്മായിയെ കണ്ട് എനിക്ക് വേദന തോന്നിയിട്ടുണ്ട്. പല വീടുക ളിൽ ജോലി ചെയ്ത്, അമ്മായി മക്കളെ പോറ്റി. ജോലിക്കു പോകുന്ന വീടുകളിൽ നിന്ന് രാത്രിയിൽ പാത്രം നിറയെ ചോറും കറികളുമായി വരുന്ന അമ്മായിയെയും കാത്തിരിക്കുന്ന കുഞ്ഞാളുടെയും കുട്ടികളു ടെയും ചിത്രം എന്റെ മനസ്സിൽ നിന്ന് മാഞ്ഞുപോയിട്ടില്ല. ആരാന്റെ വീടു കളിൽ എച്ചിൽപ്പാത്രങ്ങൾ കഴുകിയും അവിടുന്നു കിട്ടുന്ന ചോറിന്റെ ഔദാര്യത്തിലും അഞ്ച് വയറുകൾ പോറ്റിയ അമ്മായിയുടെ ജീവിതം ഒരു പോരാട്ടം തന്നെയായിരുന്നു. അമ്മിക്കാക്ക രണ്ടാം ഭാര്യയോടും മക്ക ളോടുമൊപ്പം സുഖമായി കഴിയുകയായിരുന്നു അപ്പോൾ. അമ്മായിയെ അയാൾ ഒരിക്കലും മൊഴി ചൊല്ലിയിരുന്നില്ല. മൊഴി ചൊല്ലാൻ അമ്മായി ആവശ്യപ്പെട്ടിരുന്നുമില്ല. ആ ഒരു നാടകം പോലും വേണ്ടെന്ന് അമ്മായി തീരുമാനിച്ചിരുന്നു.

തോന്നുമ്പോൾ കെട്ടാനും തോന്നുമ്പോൾ മൊഴി ചൊല്ലാനുമുള്ളതല്ല പെണ്ണിന്റെ ജീവിതമെന്ന ദാർശനിക ചിന്തയൊന്നും അവരുടെ മനസ്സിനെ ഉണർത്തിയിരിക്കാനിടയില്ല. ആ ജീവിതം അങ്ങനെയൊക്കെയായി ത്തീർന്നു. ഭാര്യയുടെ ആർത്തവ നാളുകളിൽ കാമം ശമിപ്പിക്കാൻ ബഹു ഭാര്യത്വമാകാമെന്ന പണ്ഡിത വചനങ്ങൾ കേൾക്കുമ്പോൾ പെണ്ണമ്മാ യിക്ക് എന്തു തോന്നുമെന്ന് ഞാൻ ചോദിക്കുന്നില്ല. ഭർത്താവിന്റെ രണ്ടാം കെട്ടിനെതിരെ ആയുസ്സുകൊണ്ട് പ്രതിഷേധിച്ച ആ ജീവിതത്തെ പരി ഹസിക്കാൻ പാടില്ലല്ലോ.

II

ഒരവധിക്കാലത്ത്, അതിരാവിലെ കോളിങ് ബെൽ മൂന്നു വട്ടം ശബ്ദി ച്ചപ്പോൾ ചെന്നു വാതിൽ തുറന്നു. മൂന്നു നാലു വീട് അപ്പുറത്ത് താമ

സിക്കുന്ന സൽമാൻ മുറ്റത്തു നിൽക്കുന്നു. അനിയന്റെ സഹപാഠിയായ അവനെ പണ്ടേ എനിക്ക് ഇഷ്ടമാണ്. കോൺക്രീറ്റ് ജോലിക്കാരുടെ സഹായിയായി പോകുന്ന അവൻ എന്തിനാണ് ഈ കൊച്ചു വെളുപ്പാൻ കാലത്ത് വന്നിരിക്കുന്നതെന്ന് എല്ലാ ഗൾഫുകാരേയും പോലെ ഞാൻ ഊഹിച്ചെടുത്തു.

കാശ് കടം ചോദിക്കാനായിരിക്കും.

സലാം പറഞ്ഞ് അകത്തു കയറി, സോഫയിലേക്ക് ഇരുത്തം പൂർത്തിയാകുന്നതിന് മുമ്പേ അവൻ പറഞ്ഞു:

"എനിക്കൊരു റൂംസ്പ്രേ വേണം."

എയർ റിഫ്രഷറാണ് അവൻ ഉദ്ദേശിച്ചത്. നല്ല ശുദ്ധവായു കിട്ടുന്ന ഈ നാട്ടുമ്പുറത്ത്, പഴയൊരു തറവാട്ടു വീട്ടിൽ താമസിക്കുന്ന ഇവനെ ന്തിനാണ് ഈ എയർ റിഫ്രഷർ.

ഞാൻ അവന്റെ കണ്ണുകളിലേക്ക് തുറിച്ചു നോക്കി. ഗൾഫുകാരന്റെ കൈയിൽ നിന്ന് ഓസിന് കിട്ടുന്നത് പോരട്ടെ എന്ന മട്ടിൽ കയറി വരുന്ന വരോട് ഒരു ഗൾഫുകാരൻ തോന്നാവുന്ന സകല പുച്ഛവും എന്റെ ആ നോട്ടത്തിലുണ്ടായിരുന്നു. ചുണ്ടിൽ ഒരു വശം ചരിഞ്ഞൊരു ചിരിയായി പുറത്തു ചാടിയ ആ പുച്ഛം എനിക്ക് മറച്ചു വയ്ക്കാനായില്ല. എന്റെ വാക്കു കളിൽ അതിന്റെ രസം പുരണ്ടു നിൽക്കുകയും ചെയ്തു.

"ഇതുപോലെ കാറ്റും വെളിച്ചവും കടന്നു വരുന്ന മുറികളിലൊന്നും അത്തരം സ്പ്രേയുടെ ആവശ്യമില്ലല്ലോ. അതുകൊണ്ട് അങ്ങനെയുള്ള സാധനങ്ങളൊന്നും ഞാൻ കൊണ്ടുവന്നിട്ടില്ല. എയർ കണ്ടീഷൻ മുറിക ളിലൊക്കെ ദുഷിച്ചൊരു നാറ്റമുണ്ടാകും. അവിടെയാണ് എയർ റിഫ്ര ഷർ ഉപയോഗിക്കുന്നത്."

എന്റെ വാക്കുകളിലെ അവഹേളനം തിരിച്ചറിഞ്ഞിട്ടാകാം, അവൻ പറഞ്ഞു:

"എന്റെ ഭാര്യയ്ക്ക് സുഖമില്ല. അവൾ..."

പറഞ്ഞു തുടങ്ങുമ്പോൾ ഞാൻ വീണ്ടുമോർത്തു, ആശുപത്രിയിൽ പോകാനോ മരുന്നു വാങ്ങാനോ എന്തെങ്കിലും സഹായിക്കേണ്ടി വരും. സ്പ്രേ ഇല്ലെങ്കിൽ അതു പോരട്ടെ എന്നാകും.

അവൻ പറഞ്ഞു: "ഒരു പനിപോലെ വന്നതാണ്. പിന്നെ കിടന്ന കിടപ്പിൽ നിന്നെഴുന്നേറ്റിട്ടില്ല. അരയ്ക്കു താഴോട്ട് തളർന്നു പോയി. കിടന്ന കിടപ്പിലാണ് എല്ലാം. ഒരാളുടെ സഹായമില്ലാതെ ഒന്നും ചെയ്യാൻ കഴി യില്ല. മലവും മൂത്രവുമൊക്കെ പലപ്പോഴും കിടന്നേടത്തു തന്നെ. വല്ലാത്ത നാറ്റമാണ് മുറിയിൽ. സന്ദർശകരൊക്കെ വരുമ്പോൾ അതൊരു വിഷമമ ല്ലേ? അതു കൊണ്ടാണ്..."

നിറഞ്ഞു വരുന്ന കണ്ണീർത്തുള്ളികൾ പുറത്തു ചാടാതിരിക്കാൻ ശ്രമിച്ചുകൊണ്ടാണ് അവൻ തുടർന്നത്.

"ഇപ്പോൾ നാല് വർഷമായി. ഒരുപാട് ചികിത്സിച്ചു. ഒരു മാറ്റവുമി ല്ല. ഇത്രയും കാലം അവളുടെ വീട്ടിലായിരുന്നു. ഇപ്പോൾ ഞാൻ എന്റെ

വീട്ടിലേക്ക് കൊണ്ടുവന്നു. ബാപ്പയും ഉമ്മയുമൊക്കെ പറയുന്നത് അവ
ളെ മൊഴി ചൊല്ലാനാണ്. അതു ഞാൻ ചെയ്യില്ല. ഈ രോഗം വന്നത്
എനിക്കായിരുന്നെങ്കിലോ? തളർന്നു കിടക്കുന്ന എന്നെ ഉപേക്ഷിച്ച് അവൾ
പോകുമോ? പോയാൽ എന്റെ സ്ഥിതി എന്തായിരിക്കും? വേറൊരു പെണ്ണു
കെട്ടാൻ പറയുന്നവരുണ്ട്. ബാപ്പയും ഉമ്മയുമൊക്കെ അതുതന്നെ പറ
യുന്നു. അവൾ ജീവിച്ചിരിക്കുമ്പോൾ അതിനും എനിക്കാകില്ല. ശരീരം
തളർന്നു കിടക്കുന്ന അവളുടെ മനസ്സിനെ കൂടി വേദിനിപ്പിക്കാൻ എനിക്ക്
വയ്യ."

ഇപ്പോൾ എന്റെ കണ്ണുകളാണ് നിറയുന്നത്. നേരത്തെ ഉള്ളിലൂറിയ
പുച്ഛം ആ കണ്ണുനീരിൽ അലിഞ്ഞു തീർന്നു.

സൽമാൻ അധികം പഠിച്ചിട്ടില്ല. പരിഷ്കാരിയല്ല. ഒരു പാന്റുടുത്തു
പോലും അവൻ നടക്കുന്നത് കണ്ടിട്ടില്ല. വെള്ളിയാഴ്ച പള്ളിയിൽ വെച്ചു
കാണുമ്പോൾ മാത്രം വെളുത്ത തുണിയും വൃത്തിയുള്ള കുപ്പായവുമി
ട്ടിരിക്കും. അല്ലാത്ത സമയത്തൊക്കെ അവനെ ഞാൻ കണ്ടിട്ടുള്ളത് പണി
വേഷങ്ങളിലാണ്.

സൽമാന്റെ ബാപ്പ നാട്ടിലെ അറിയപ്പെടുന്ന പണ്ഡിതനാണ്. സ്ഥലം
ഖാദി അവധിയിലാകുമ്പോൾ വെള്ളിയാഴ്ചകളിൽ ഖുതുബ പറയുന്ന
യാളാണ്. നമസ്കരിക്കാതെ ബസ് സ്റ്റോപ്പിലോ പീടികക്കോലായിലോ
കുത്തിയിരുന്നു സൊറ പറയുന്ന ചെറുക്കന്മാരെ മുഴുവൻ അദ്ദേഹം പള്ളി
യിലേക്ക് ആട്ടിത്തെളിക്കും.

അദ്ദേഹമാണ് തളർന്നു കിടക്കുന്ന മരുമകളെ മൊഴി ചൊല്ലി
വേറൊരു പെണ്ണു കെട്ടാൻ മകനെ ഉപദേശിക്കുന്നത്. അദ്ദേഹം പഠിച്ച,
പഠിപ്പിക്കുന്ന മതത്തിൽ അതിനൊരു തടസ്സവുമില്ല. രണ്ടാമതൊന്നു
കെട്ടാൻ പെണ്ണിന്റെ രോഗം മതിയായ കാരണം തന്നെ.

എനിക്ക് ആ ചെറുപ്പക്കാരനോട് വല്ലാത്ത മതിപ്പു തോന്നി. ബാപ്പ
യോളം പഠിപ്പ് മതത്തിൽ അവന് ഇല്ല. യു പി സ്കൂളിനപ്പുറം ഭൗതിക
വിദ്യാഭ്യാസവുമില്ല. പക്ഷേ, ജീവിതത്തെക്കുറിച്ചുള്ള അവന്റെ കാഴ്ച
പ്പാട് എന്നെ വല്ലാതെ അത്ഭുതപ്പെടുത്തി.

പണ്ഡിതനും നാട്ടിലെ കാരണവന്മാരിൽ പ്രമുഖനുമായ പിതാവ്
ഉപദേശിച്ചിട്ടും, തളർന്നു കിടക്കുന്ന ഭാര്യയെ വേദനിപ്പിച്ച് മറ്റൊരു വിവാ
ഹത്തിന് അവൻ സമ്മതമില്ല. മൊഴി ചൊല്ലി പഴന്തുണി പോലെ അവളെ
ഉപേക്ഷിച്ചുകളയാനും അവൻ ഒരുക്കമല്ല. ശരീരം കൊണ്ടുള്ള ഒരാവ
ശ്യവും ആ പെണ്ണിൽ നിന്ന് നിറവേറ്റാനാകില്ല. അവളുടെ കാര്യങ്ങൾ
പോലും നോക്കി നടത്തുന്നത് സൽമാൻ തന്നെ.

ആരോഗ്യവും ചുറുചുറുക്കുമുള്ള പെണ്ണുങ്ങൾ ഒപ്പമുള്ളപ്പോൾ
തന്നെ മതം നല്കുന്ന പഴുതുകൾ പ്രയോജനപ്പെടുത്തി മൂന്നും നാലും
പെണ്ണു കെട്ടാൻ സൽമാൻ വിശ്വസിക്കുന്ന മതത്തിൽ ഒരു പ്രയാസവുമി
ല്ല. അതിന്റെ പേരിൽ പടച്ചോൻ നരകത്തിലിടുമെന്ന് മദ്‌റസയിൽ അവനെ
ആരും പഠിപ്പിച്ചിട്ടില്ല.

എന്നിട്ടും വേറെ പെണ്ണു കെട്ടാൻ പറഞ്ഞവരോട് അവൻ ഒരു ചോദ്യം കൂടി ചോദിച്ചു. വേറെ പെണ്ണു കെട്ടിയാൽ അവൾക്കും ഇതല്ലെങ്കിൽ മറ്റൊരു രോഗം വന്നാൽ എന്തുചെയ്യും?

III

"പെൺകുട്ട്യോള് ഹൈളും നിഫാസും പഠിച്ചാൽ മതി. തോനെ യൊന്നും പഠിക്കേണ്ട."

അങ്ങനെയാണ് പണ്ട് നാട്ടുമ്പുറങ്ങളിലെ കാരണവന്മാർ പറഞ്ഞി രുന്നത്. ഹൈള് എന്നാൽ ആർത്തവം. നിഫാസ് എന്നാൽ പ്രസവ രക്തം. ഒരു മുസ്ലിം പെൺകുട്ടി ഹൈള് പഠിച്ചാൽ ബിരുദവും നിഫാസ് പഠി ച്ചാൽ ബിരുദാനന്തര ബിരുദവുമായി. ഇത് രണ്ടും പക്ഷേ, കെട്ടിയ പുരു ഷന് വേറെ പെണ്ണു കെട്ടാനുള്ള രണ്ട് ഉപാധികളാണെന്നത് പുതിയ വിദ്യാഭ്യാസമാകുകയാണ്.

ഭാര്യയുടെ ആർത്തവ കാലത്ത് പുരുഷന്റെ കാമം ശമിപ്പിക്കാൻ ബഹുഭാര്യത്വം ആകാമെന്ന കാന്തപുരം എ പി അബൂബക്കർ മുസ്ല്യാ രുടെ പ്രസ്താവനയാണ് ചർച്ചാവിഷയം. സൽമാനെക്കുറിച്ചും പെണ്ണ മ്മായിയെ കുറിച്ചും ഞാനോർത്തത് ഈ സന്ദർഭത്തിലാണ്. ജീവിക്കാൻ വേണ്ടി കടൽ കടന്നു പോന്ന്, ഗൾഫു നാടുകളിൽ പെൺതുണയില്ലാതെ ഒറ്റയ്ക്ക് ജീവിക്കുന്ന ലക്ഷക്കണത്തിന് മുസൽമാന്മാരെക്കുറിച്ചും അന്നേരം ഞാൻ ഓർത്തു. ആർത്തവത്തിന്റെ അഞ്ചെട്ടു നാളുകളിൽ കാമം അടക്കി വയ്ക്കാൻ കഴിയാത്ത ഈ മുസ്ലിം പുരുഷന്മാർ എങ്ങനെയാകും മണൽനാടുകളിൽ പെണ്ണുങ്ങളെ വേർപിരിഞ്ഞ് ജീവി യ്ക്കുന്നത്? മുസ്ലിങ്ങളൊക്കെയും തീവ്രവാദികളും ഭീകരന്മാരുമാ ണെന്ന് പ്രചരിപ്പിക്കപ്പെടുമ്പോൾ പോലും തോന്നാത്ത ലജ്ജയും അപ കർഷതാ ബോധവുമാണ് ആർത്തവ വേളയിൽ ലൈംഗിക ദാഹം പിടിച്ചു നിർത്താൻ പറ്റാത്ത മുസ്ലിമിന് ബഹുഭാര്യാത്വമാകാമെന്ന പണ്ഡിത വചനം മനസ്സിലുണ്ടാക്കിയത്.

മുമ്പ് ഒരഭിമുഖത്തിൽ മറ്റൊരു തരത്തിൽ കാന്തപുരം ഇക്കാര്യം പറഞ്ഞിരുന്നു.

ഇസ്ലാം ബഹുഭാര്യാത്വം അനുവദിക്കുന്നുണ്ട്. ഭാര്യയുടെ ഗർഭ കാലത്ത് (10 മാസം) പുരുഷന് അവളുമായി ലൈംഗിക ബന്ധ ത്തിൽ ഏർപ്പെടാൻ കഴിയില്ല. ആ ഘട്ടത്തിൽ പുരുഷന് ലൈംഗിക മോഹമുണ്ടാവുകയും സഹിക്കാൻ പറ്റാത്ത അവസ്ഥയുണ്ടാകു കയും ചെയ്താൽ അവന് വ്യഭിചാരത്തിന് പോകുന്നതിനേക്കാൾ നല്ലത് വേറൊരു വിവാഹം ചെയ്യുന്നതാണ് (*പച്ചക്കുതിര, പു സ്തകം 4 ലക്കം 12*).

ജമാഅത്തെ ഇസ്‌ലാമിയുടെ കീഴിൽ പ്രവർത്തിക്കുന്ന ഇസ്‌ലാമിക് മാര്യേജ് ബ്യൂറോയുടെ വെബ്‌സൈറ്റിൽ ബഹുഭാര്യാത്വത്തെ നിരുത്സാ ഹപ്പെടുത്തുന്ന ചില കുറിപ്പുകളുണ്ട്. വൈയക്തികവും സാമൂഹികവു മായ അനിവാര്യകാരണങ്ങളാൽ ഇസ്‌ലാം പുരുഷന് ഒന്നിലധികം സ്ത്രീകളെ വിവാഹം ചെയ്യാൻ അനുവാദം നല്കുന്നുവെന്ന് പറയുന്ന ഇസ്‌ലാമിക് മാര്യേജ് ബ്യൂറോ *വിശുദ്ധ ഖുർആൻ* ഉദ്ധരിക്കുന്നുണ്ട്:

അനാഥകളുടെ കാര്യത്തിൽ നീതിപാലിക്കാൻ കഴിയുകയില്ലെന്ന് നിങ്ങൾ ഭയപ്പെടുന്നപക്ഷം നിങ്ങളിഷ്ടപ്പെടുന്ന സ്ത്രീകളിൽനിന്ന് രണ്ടോ മൂന്നോ നാലോ വീതം വിവാഹം കഴിച്ചുകൊള്ളുക. എന്നാൽ അവർക്കിടയിൽ നീതിപാലിക്കാൻ കഴിയില്ലെന്ന് ആശങ്കിക്കുന്നുവെങ്കിൽ ഒരു സ്ത്രീയെ മാത്രം കല്യാണം കഴിക്കുക (4:2,3).

ഇസ്‌ലാം നീതിയെ ബഹുഭാര്യത്വത്തിന്റെ അടിസ്ഥാനമാക്കിയി രിക്കുന്നുവെന്നും അത് അത്ര എളുപ്പമുള്ള കാര്യമല്ലെന്നും ബ്യൂറോ വ്യക്തമാക്കുന്നു. ഭക്ഷണം, വസ്ത്രം, പാർപ്പിടം, സഹശയനം, ചെലവിന് നല്കൽ, പെരുമാറ്റം തുടങ്ങിയവയിലെല്ലാം ഭാര്യമാർക്കിടയിൽ തുല്യത പാലിക്കേണ്ടതാണ്. അതിന് കഴിയാത്തവൻ ഒന്നിൽ കൂടുതൽ സ്ത്രീ കളെ വിവാഹം ചെയ്യാൻ പാടില്ല.

ഒരാൾക്ക് എല്ലാവരെയും ഒരുപോലെ സ്നേഹിക്കുക സാദ്ധ്യമല്ല. മക്കളുടെ കാര്യത്തിൽപ്പോലും തുല്യമായ സ്നേഹം പ്രായോഗികമല്ല. സ്നേഹവും വൈകാരിക ബന്ധവും മനുഷ്യനിയന്ത്രണങ്ങൾക്കതീത മായ മനസ്സിന്റെ അവസ്ഥയാണ്. അതിനാൽ നീതി പാലിക്കുക എന്ന തിന്റെ വിവക്ഷ പെരുമാറ്റ രീതിയാണ്. *വിശുദ്ധ ഖുർആൻ* പറയുന്നു:

ഭാര്യമാർക്കിടയിൽ തുല്യനീതി പുലർത്താൻ എത്രതന്നെ ആഗ്രഹിച്ചാലും നിങ്ങൾക്ക് സാദ്ധ്യമല്ല. അതിനാൽ നിങ്ങൾ ഒരു വശത്തേക്ക് പൂർണ്ണമായി ചാഞ്ഞുകൊണ്ട് മറ്റവളെ നിസ്സഹായാ വസ്ഥയിൽ വിട്ടേക്കരുത് (4:130).

പെരുമാറ്റ നീതി പുലർത്താത്തവരെ പ്രവാചകൻ(സ) കഠിനമായി താക്കീത് ചെയ്യുന്നു:

രണ്ട് ഭാര്യമാരുള്ളയാൾ ഒരുവളിലേക്ക് കൂടുതലായി ചായുന്നുവെ ങ്കിൽ അന്ത്യനാളിൽ ഒരുവശം വീണോ ചരിഞ്ഞോ വലിച്ചിഴച്ചു കൊണ്ടോ ആയിരിക്കും അയാൾ ദൈവസന്നിധിയിൽ ഹാജരാവുക (ഹാകിം, ഇബ്നു ഹിബ്ബാൻ).

പ്രവാചകൻ തന്റെ ഭാര്യമാരുടെ കാര്യത്തിൽ ഇപ്രകാരം പ്രാർത്ഥി ക്കാറുണ്ടായിരുന്നു:

അല്ലാഹുവേ, സാദ്ധ്യമാകുംവിധമുള്ള എന്റെ വിഭജനമാണിത്. നിന്റെ കഴിവിൽപ്പെട്ടതും എനിക്ക് അസാദ്ധ്യവുമായതിന്റെ പേരിൽ എന്നെ നീ ശിക്ഷിക്കരുതേ! (അസ്ഹാബുസ്സുനൻ).

ഇസ്‌ലാം മൗലികമായി അംഗീകരിച്ചത് ഏക ഭാര്യാത്വമാണെന്നും അനിവാര്യമായ അവസ്ഥകളിൽ കണിശമായ നീതിപാലനം സാദ്ധ്യമാകു ന്നവർക്ക് മാത്രം അനുവദിക്കപ്പെട്ട ഇളവാണ് ബഹുഭാര്യാത്വമെന്നും മേല്പറഞ്ഞ വചനങ്ങളിൽനിന്ന് മനസ്സിലാക്കാമെന്നും ഇസ്‌ലാമിക് മാര്യേജ് ബ്യൂറോ വിവാഹാർത്ഥികളെ ഉദ്ബോധിപ്പിക്കുന്നുണ്ട്.

അടുത്ത കാലത്ത് കേരളത്തിലെ ഇസ്‌ലാമിക മതപ്രഭാഷണ രംഗത്ത് ഉയർന്നുവന്ന താരപ്രഭയുള്ള ഒരു പണ്ഡിതൻ ഈയിടെ രണ്ടാമത് കെട്ടി. ആദ്യ ഭാര്യയേയും മുതിർന്ന മക്കളേയും കണ്ണീരിലും നാണക്കേടിലുമാക്കിയ ഇദ്ദേഹം മകളേക്കാളും വലിയ പ്രായവ്യത്യാസ മില്ലാത്ത പെൺകുട്ടിയെയാണ് രണ്ടാം വധുവാക്കിയത്. വിശുദ്ധ *ഖുർ ആൻ* പുതിയ പരിഭാഷ തയ്യാറാക്കുന്ന ജോലിയിൽ വ്യാപൃതനായിരുന്ന പണ്ഡിതൻ, തന്റെ മതപ്രഭാഷണ വേദികളിൽ സഹായിയായെത്തിയ സ്ത്രീയുടെ സുന്ദരിയായ മകളെ കണ്ട് മോഹിക്കുകയായിരുന്നു. അവ രുടെ ദാരിദ്ര്യവും നിസ്സഹായാവസ്ഥയും മുതലെടുത്ത അദ്ദേഹം തന്റെ ദിവ്യപ്രഭാവം പ്രയോഗിച്ച് പെൺകുട്ടിയെ സ്വന്തമാക്കി. ആദ്യഭാര്യയും വീട്ടുകാരും അറിയാതെയായിരുന്നു വിവാഹം. പെൺകുട്ടിയുടെ ഉറ്റബ ന്ധുക്കൾ പോലും വിവരമറിയുന്നത് വളരെ വൈകിയാണ്. ആദ്യ ഭാര്യയും മക്കളും അറിയാതെ രഹസ്യമായി വിവാഹം നിശ്ചയിക്കുമ്പോൾ തന്നെ, വിശുദ്ധ *ഖുർആൻ* സൂചിപ്പിച്ച അനീതിയാണ് ചെയ്യുന്നതെന്ന് പണ്ഡിതൻ മനസ്സിലാക്കാത്തത് എന്തുകൊണ്ടാണ്?

മുമ്പും മതപ്രഭാഷണ രംഗത്തും മത നേതൃത്വത്തിലുമുണ്ടായിരു ന്ന പണ്ഡിതന്മാർ ആദ്യ ഭാര്യയെ കണ്ണീരിലാക്കി രണ്ടാം കെട്ടിനൊരു ങ്ങിയിട്ടുണ്ട്. പ്രവാചകന്റെ കാര്യത്തിൽ വാദിക്കുന്നതുപോലെ ഇവരാരും വിധവകളെയോ യുദ്ധത്തടവുകാരെയോ വിവാഹ മോചിതരെയോ ഒന്നു മല്ല കെട്ടിയത്. ചുറുചുറുക്കുള്ള, ആദ്യഭാര്യയേക്കാൾ പ്രായം കുറഞ്ഞ പെൺകുട്ടികളെ തന്നെയാണ് ഇവർ കെട്ടിയെടുത്ത്. നാല്പത് വയ സ്സുള്ള ആദ്യ ഭാര്യ ഒരു വശത്തും പതിനെട്ടോ ഇരുപതോ വയസ്സുള്ള രണ്ടാം ഭാര്യ മറുവശത്തും നില്ക്കുമ്പോൾ ലൈംഗികതയാണ് ബഹു ഭാര്യാത്വത്തിന്റെ മാനദണ്ഡമെങ്കിൽ ഒരു പുരുഷൻ എങ്ങനെ നീതി പുലർത്തും?

ഇത് പുരുഷന്റെ കാര്യം. ഭർത്താവ് രണ്ടാം കെട്ടിനൊരുങ്ങുമ്പോൾ ഭാര്യയുടെ മനസ്സിൽ എന്തായിരിക്കും? തുടർന്ന് കെട്ടുമ്പോഴൊക്കെയും ആദ്യ ഭാര്യമാരുടെ പേരു കൂടി ക്ഷണക്കത്തിൽ അടിച്ചു ചേർക്കുന്ന കേര ളത്തിലെ പണ്ഡിത വേഷക്കാരനോട് ഇതിന് ഉത്തരം തേടിയിട്ട് കാര്യമി ല്ല. നേരത്തെ പറഞ്ഞ, പുതിയ *ഖുർആൻ* പണ്ഡിതന്റെ ആദ്യ ഭാര്യ യോടും മക്കളോടും തന്നെ ചോദിക്കണം.

അർബ്ബുദം ബാധിച്ച് മരണത്തോട് അടുത്തു നില്ക്കുമ്പോൾ, കൈ പിടിച്ച് ഞാൻ മരിച്ചാൽ നിങ്ങൾ വേറെ പെണ്ണ് കെട്ടുമോ എന്ന് കണ്ണീ രോടെ ചോദിച്ച പ്രിയപ്പെട്ടവളെ കുറിച്ച് ഒരു സുഹൃത്ത് പറഞ്ഞത് ഓർക്കുകയാണ് ഞാൻ. ഇല്ലെന്ന് അവൾക്ക് കൊടുത്ത ഉറച്ചവാക്കിനോട് ദൈവത്തിന് തോന്നിയ മതിപ്പുകൊണ്ടാകാം അവളുടെ ആയുസ്സ് ഇന്നും എടുത്തു കളയാതെ ദൈവം തന്നോടൊപ്പം ചേർത്തു വെച്ചിരി ക്കുന്നതെന്നു ഈ സുഹൃത്ത് വിശ്വസിക്കുന്നു.

സ്വന്തം പുരുഷനെ മറ്റൊരു സ്ത്രീ വേറൊരു അർത്ഥത്തിൽ നോക്കു ന്നതുപോലും സഹിക്കാൻ ഏത് പ്രത്യയശാസ്ത്രത്തിന്റെ പേരിലാ യാലും പെണ്ണായി പിറന്നവൾക്ക് കഴിയുമെന്ന് തോന്നുന്നില്ല. അപ്പോൾ സ്വന്തം പുരുഷൻ വേറൊരു പെണ്ണിനെ കെട്ടിയാലോ? പെണ്ണിന്റെ ശരീ രവും മനസ്സും അപമാനിക്കപ്പെടും. ആ അപമാനം സഹിക്കാൻ പറ്റാതെ യാണ്, ഭർത്താവ് രണ്ടാമത്തെ പെണ്ണിനെ നിക്കാഹ് ചെയ്യാൻ കുപ്പായം തുന്നുന്നുവെന്ന് കേട്ടപ്പോൾ ഒരായുസ്സു മുഴുവൻ ഒറ്റയ്ക്ക് ജീവിക്കാൻ തീരുമാനിച്ച് ഭർത്തൃവീട്ടിൽ നിന്ന് പെണ്ണമ്മായി ഇറങ്ങിപ്പോന്നത്.

കള്ളു കുടിച്ചും ചീട്ട് കളിച്ചും നടക്കുന്ന എന്റെ നാട്ടിലെ അബ്ദുല്ല ക്കുട്ടി പെണ്ണുകെട്ടാൻ മാത്രം ശരീഅത്തിലെ പഴുതുകൾ പ്രയോജന പ്പെടുത്തുന്നു. എട്ടോ ഒമ്പതോ പെണ്ണ് കെട്ടിയ അദ്ദേഹത്തിന് മരിക്കു മ്പോൾ നാല് പെണ്ണുങ്ങളുണ്ടായിരുന്നു. ശരീഅത്ത് നിയമം പ്രാബല്യ ത്തിലുള്ള രാജ്യത്താണെങ്കിൽ കൈകൾ വെട്ടിക്കളയേണ്ട കുറ്റകൃത്യ മാണ് മോഷണം. ഞങ്ങളുടെ നാട്ടിലെ ഏക മോഷ്ടാവും ആവതുള്ള കാലത്തൊക്കെയും അന്യന്റെ മുതൽ മോഷ്ടിക്കുകയും ജയിൽ ശിക്ഷ അനുഭവിക്കുകയും ചെയ്ത കുപ്രസിദ്ധനുമായ അബ്ദുറഹ്മാനും പെണ്ണു കെട്ടുന്ന കാര്യത്തിൽ കടുത്ത ശരീഅത്ത് വാദിയായിരുന്നു. കെട്ടിയ പെണ്ണുങ്ങളുടെയും അതിൽ ജനിച്ച കുട്ടികളുടെയും മുഖംപോലും അദ്ദേ ഹത്തിന് ഓർമ്മയില്ലായിരുന്നു. തോട്ടുമുക്കത്ത് ഒരു കല്യാണത്തിന് പോയപ്പോൾ അബ്ദുറഹ്മാന്റെ ഇളയുമ്മ തറവാട്ടിലെ കുട്ടികളുടെ മുഖ ഛായയുള്ള ബാലനെ കണ്ടതും അന്വേഷിച്ചപ്പോൾ അബ്ദുറഹ്മാൻ ജനിച്ച കുട്ടിയാണെന്ന് തിരിച്ചറിഞ്ഞതും ഒരു അപസർപ്പക കഥ പോലെ അവിശ്വസനീയമായി തോന്നാം. ഒന്നോ രണ്ടോ മാസം മാത്രം അബ്ദുറ ഹ്മാന്റെ ഭാര്യയായിരുന്ന സ്ത്രീ പ്രസവിച്ച കുട്ടിയായിരുന്നു ആ ബാലൻ. അവനെ ആ ഇളയുമ്മ കുട്ടിക്കൊണ്ടുവന്ന് അബ്ദുറഹ്മാന്റെ മുന്നിൽ നിർത്തി. വാർദ്ധക്യത്തിലേക്ക് കാലൂന്നിയ അബ്ദുറഹ്മാന്റെ കണ്ണുകൾ ആ മകന്റെ മുന്നിൽ നിറഞ്ഞു തുളുമ്പിയ നാടകീയ മുഹൂർത്തത്തിന് ഞങ്ങളെല്ലാം സാക്ഷികളായിരുന്നു.

അബ്ദുറഹ്മാന്റെ ജീവിതത്തിന്റെ അന്ത്യവും സിനിമാക്കഥപോലെ വികാരനിർഭരമായിരുന്നു. ക്ഷയരോഗം മൂർഛിച്ച് അവശനായിരുന്നു അവ സാന കാലത്ത് അബ്ദുറഹ്മാൻ. പല നാടുകൾ കറങ്ങി അയാൾ നില മ്പൂരിനടുത്ത് ഒരു ഗ്രാമത്തിലെത്തി. ഒരുപാട് വർഷം മുമ്പ് ഉപേക്ഷിച്ചു

കളഞ്ഞ ആദ്യഭാര്യയുടെ നാടായിരുന്നു അത്. ബസ് സ്റ്റോപ്പിൽ അവശ നായി കിടക്കുന്ന പിതാവിനെ മൂത്ത മകൻ തിരിച്ചറിഞ്ഞു. ആ ഭാര്യയു ടെയും മക്കളുടെയും കൈയിൽ നിന്ന് വെള്ളം വാങ്ങിക്കുടിച്ചാണ് അബ്ദു റഹ്മാൻ കണ്ണടച്ചത്.

ബഹുഭാര്യാത്വം എന്ന പഴുതു പ്രയോജനപ്പെടുത്തുന്നവരെ പിന്നീട് കണ്ടത്, ഗൾഫ് മലയാളികൾക്കിടയിലാണ്. പത്തും പതിനഞ്ചും വർഷ മായി പ്രവാസ ജീവിതം നയിക്കുന്ന ചിലർ നാട്ടിൽപ്പോയി, പാവപ്പെട്ട വീടുകളിൽ നിന്ന് ചെറിയ പെൺകുട്ടികളെ കല്യാണം കഴിച്ചുകൊണ്ടു വന്ന് ഗൾഫിൽ കുടുംബ സമേതം ജീവിക്കുന്നു. ദാമ്പത്യ വിരഹത്തിന്റെ എല്ലാ ദുരിതങ്ങളും അനുഭവിച്ച ആദ്യഭാര്യമാരെ നിത്യദുഃഖത്തിലാഴ്ത്തി യാണ് ഇവർ ചെറുപ്പക്കാരികളായ രണ്ടാം ഭാര്യമാരുമായി സുഖിച്ചു കഴി യുന്നത്. ഡൈ ചെയ്ത് കറുപ്പിച്ച രോമങ്ങളുടെ ചെറുപ്പവും ഗൾഫിലെ പണവുമാണ് ഈ കല്യാണത്തിന്റെ യോഗ്യതകൾ. സാധാരണക്കാരായ പ്രവാസികളും ഗൾഫിലെത്തിയ ശേഷം വലിയ പണക്കാരായവരും ഇക്കൂ ട്ടത്തിലുണ്ട്. ഇതേക്കുറിച്ച് ചോദിച്ചപ്പോൾ പലർക്കും പറയാനുണ്ടായിരുന്ന ന്യായം ഒന്നായിരുന്നുവെന്നത് വിചിത്രമായിത്തോന്നി—ഭാര്യയുടെ മാന സിക രോഗം. ഭർത്താവിനെ വേർപിരിഞ്ഞു ജീവിക്കുമ്പോൾ അനുഭവിച്ച കഠിനമായ മനോവ്യഥ ചില ഗൾഫു ഭാര്യമാരെയെങ്കിലും മാനസിക രോഗി കളാക്കിയില്ലെങ്കിലേ അത്ഭുതമുള്ളൂ. സാമൂഹിക ശാസ്ത്രജ്ഞർ ഗവേ ഷണത്തിന് വിഷയമാക്കേണ്ട ഗുരുതരമായയൊരു പ്രശ്നമാണിത്.

എന്റെ നാട്ടുകാരായ അബ്ദുല്ലക്കുട്ടിയും അബ്ദുറഹ്മാനും എന്റെ അമ്മി ക്കാക്കയും ഒന്നിലേറെ പെണ്ണു കെട്ടുന്നതുകൊണ്ട് ഇസ്ലാമിനോ സമു ദായത്തിനോ ഒന്നും സംഭവിക്കാനില്ല. പക്ഷേ, പണ്ഡിതന്മാരും മത രംഗത്ത് നിറഞ്ഞു നില്ക്കുന്നവരും ഒന്നിലധികം പെണ്ണു വേണ്ടെന്ന് തീരു മാനിക്കേണ്ടതുണ്ട്. ഒന്നിലേറെ പെണ്ണുകെട്ടി ഇവർ സമുദായത്തിന് കാണിച്ചു കൊടുക്കുന്നത് നല്ലൊരു മാതൃകയാകുന്നില്ല.

അനിവാര്യ സന്ദർഭങ്ങളിൽ ഇസ്ലാം അനുവദിച്ച ബഹുഭാ ര്യത്വത്തെ തള്ളിപ്പറയുകയോ ഏക സിവിൽ കോഡിന് വാദിക്കുകയോ ചെയ്യാനല്ല ശ്രമിക്കുന്നത്. ബഹുഭാര്യാത്വമാകാം, വിശുദ്ധ ഖുർആനും പ്രവാചകനും പഠിപ്പിച്ച നിബന്ധനകൾ പാലിക്കണമെന്നെങ്കിലും പണ്ഡിത നേതൃത്വത്തിന് വാശിപിടിക്കാവുന്നതാണ്. ഒരാൾക്ക് രണ്ടാമ തൊരു പെണ്ണു കെട്ടണമെങ്കിൽ അതിന്റെ സാഹചര്യം, നിലവിൽ മുസ്ലിം കല്യാണങ്ങളുടെ കൈകാര്യകർത്താക്കളായ മഹല്ലിനോ മഹല്ല് ഖാദിക്കോ ബോധ്യപ്പെടണമെന്ന് നിബന്ധന വയ്ക്കുന്നതുകൊണ്ട് *ശരീ അത്തിന്* ഒരു പോറൽപോലും ഏല്ക്കില്ല. ആദ്യഭാര്യയും മക്കളും കണ്ണീ രിലാകാതിരിക്കാനെങ്കിലും ഈയൊരു നീക്കംകൊണ്ട് സാധിക്കും. പെണ്ണുകെട്ട് വീരന്മാർ വഴിയാധാരമാക്കുന്ന പെണ്ണുങ്ങളുടെ ജീവിത പ്രശ്നങ്ങൾ സൃഷ്ടിക്കുന്ന സാമൂഹിക പ്രതിസന്ധിയിൽ നിന്ന് സമു ദായത്തിന് രക്ഷയാകും. അങ്ങനെ നൂറു ശതമാനം അനിവാര്യമായ ഘട്ട

ത്തിലും, ഭാര്യമാർക്കിടയിൽ നീതി പുലർത്താൻ സാധിക്കുമെന്ന് ഉറപ്പുള്ള കേസുകളിലുമല്ലാതെ ഒരു രണ്ടാം കല്യാണം രജിസ്റ്റർ ചെയ്യില്ലെന്ന്, വിവാഹത്തിന്റെ സർക്കാർ രജിസ്ട്രേഷനെ എതിർക്കുന്ന അതേ വാശി യിൽ മഹല്ലുകൾക്ക് തീരുമാനിക്കാവുന്നതേയുള്ളൂ. അതുകൊണ്ട് ഇന്ത്യ പോലെ ബഹുമത സംസ്കാരങ്ങൾ പുലരുന്ന ഒരു രാജ്യത്ത് ഇസ്ലാ മിന്റെ അന്തസ്സും മുസ്ലിങ്ങളുടെ ആത്മാഭിമാനവും വർദ്ധിക്കുകയേയു ള്ളൂ. വളരെ കുറച്ചു പേർക്ക് ദുരുപയോഗം ചെയ്യാനും ഒരു സമുദായത്തെ മുഴുവൻ വിമർശകരുടെ വിരൽത്തുമ്പിൽ നിർത്താനും ബഹുഭാര്യാത്വ മെന്ന പഴുത് ഈ വിധം നിലനിർത്തേണ്ടതുണ്ടോ എന്ന് പണ്ഡിത ന്മാർക്കും സാമുദായിക നേതാക്കൾക്കും ആലോചിക്കാവുന്നതാണ്.

(ഈ ലേഖനത്തിൽ പരാമർശിക്കുന്ന ചില വ്യക്തികളുടെ പേരു കൾ യഥാർത്ഥമല്ല)

ലിൻഡാ ഐ മിസ് യു എ ലോട്ട്

ഫേസ്ബുക്കിൽ കുറേനേരം വർത്തമാനം പറഞ്ഞിരിക്കെ പാതിരായ്ക്ക് പെട്ടെന്ന് അവൾ ചോദിച്ചു.

"മൊബൈലിലാണോ ഫേസ് ബുക്ക് ഉപയോഗിക്കുന്നത്?"

"അല്ല ലാപ്ടോപിൽ."

"വീട്ടിലാണോ?"

"അതെ."

"ഇത്രേം നേരം ഇതിനു മുന്നിൽ കുത്തിയിരുന്നാൽ ഭാര്യ വഴക്കുണ്ടാക്കില്ലേ?"

അത് നേരാണ്. എത്രയോ വട്ടം ഭാര്യ വഴക്കുണ്ടാക്കിയിട്ടുണ്ട്. അന്നേരം ഞാൻ ഫേസ് ബുക്കിന്റെ ഹോം പേജ് കാണിച്ചു കൊടുക്കും. അവിടെ എന്തെല്ലാം ചർച്ചകളാണ്? ഇന്നലെ അവൾ വഴക്കുണ്ടാ ക്കിയപ്പോൾ ഹോം പേജിൽ പത്രപ്രവർത്തകനായ സുഹൃത്ത് മൊയ്തു വാണിമേലിന്റെ നോട്ട് കാണിച്ചു കൊടുത്തു. മുൻമന്ത്രിയും കോൺഗ്രസ് നേതാവുമായ വി എം സുധീരൻ എൻഡോസൾഫാൻ വിഷയത്തിൽ കേന്ദ്രകൃഷി മന്ത്രി ശരത്പവാറിന് അയച്ച കത്തിന്റെ പൂർണ്ണരൂപമാണ് അവിടെ. മന്ത്രാലയത്തെ കടുത്ത ഭാഷയിൽ വിമർശിക്കുന്ന ഈ കത്ത് എഴുതാൻ ഒരു സുധീരന് മാത്രമേ കഴിയൂ എന്നു മൊയ്തുവിന്റെ കമന്റും.

ദാ ഇതൊക്കെയാണ് ഇവിടെ ചർച്ച ചെയ്യുന്നത്? ഇതിലൊക്കെ ഞാനും അഭിപ്രായം പറയേണ്ട എന്ന് ചോദിച്ചപ്പോൾ എൻഡോ സൾഫാൻ ഇരകളുടെ ഫോട്ടോ പത്രത്തിൽ കാണുമ്പോഴൊക്കെ ബേജാറാകുന്ന അവൾക്ക് അതിൽ കാര്യമുണ്ടാകാമെന്നു തോന്നിയാകും തല്ക്കാലം വഴക്കു നിർത്തി പോയി. ഫേസ്ബുക്കിന് അങ്ങനെ ഒരു മുഖമുണ്ട്. വലിയ ചർച്ചകളാണ് അവിടെ നടക്കുന്നത്. വലിയ

വിവരങ്ങളാണ് അവിടെ ഷെയർ ചെയ്യപ്പെടുന്നത്. പിന്നെ, അവിടെ ഇല്ലാത്തവർ ആരുമില്ലല്ലോ. അവൾക്ക് അറിയാവുന്ന വലിയ വലിയ പേരുകാരിൽ ഒരുവിധപ്പെട്ടവരൊക്കെ അവിടെയുണ്ട്. അവരൊക്കെ എന്നേക്കാൾ ആക്ടീവായി ഫേസ്ബുക്ക് ആക്ടിവിറ്റികളിൽ ഏർപ്പെടു ന്നുമുണ്ട്. കംപ്യൂട്ടർ നിരക്ഷരയായ എന്റെ ഭാര്യ വിശ്വാസത്തോടെ കിടക്കാൻ പോകുന്നു.

ഫേസ്ബുക്കിലെ ഒരു കൂട്ടുകാരി എന്നെ അവൾ ഉൾപ്പെട്ട ഒരു ഗ്രൂപ്പി ലേക്ക് ക്ഷണിച്ചു. ഒരു ക്ലോസ്ഡ് ഗ്രൂപ്പാണ് അത്. അധികം അംഗങ്ങളില്ല. അവിടെയാണ് എൻഡോസൾഫാൻ ഇരയായ കുഞ്ഞിന്റെ ചിത്രം കണ്ട് ഉറങ്ങാതെ കിടക്കുന്ന അനീഷ് പി ജയനെ കണ്ടത്. അനീഷ് പോസ്റ്റ് ചെയ്ത ആ ചിത്രം കണ്ട് ഈ ക്രൂരതക്കെതിരെ എന്തു ചെയ്യാനാകു മെന്ന് ഗ്രൂപ്പിലെ ഓരോരുത്തരും സജീവമായി ആലോചിക്കുന്നുണ്ട്. ഒപ്പം പഠിക്കുന്നവരോ പഠിച്ചവരോ പരസ്പരം അറിയാവുന്നവരോ ആയ ചെറി യൊരു സംഘമാണ് അത്. അവിടെ ഒബാമയുടെ ഇന്ത്യാ സന്ദർശനം മുതൽ വിക്കിലീക്സ്, നീരാ റാഡിയ, കോമൺവെൽത്ത് ഗെയിംസ് അഴി മതി തുടങ്ങി എല്ലാം അവർ ചർച്ച ചെയ്യുന്നു. യുവത്വത്തിന്റെ തുടക്ക ത്തിലുള്ള ആ സംഘത്തിന്റെ കാഴ്ചപ്പാടുകൾക്കും ആലോചനകൾക്കും നല്ല വ്യക്തതയുണ്ട്. വിവാഹത്തെ കുറിച്ചുള്ള കാഴ്ചപ്പാടുകളും അവർ ചർച്ച ചെയ്യുന്നു. മടി ഏതുമില്ലാതെ അവർ അഭിപ്രായങ്ങൾ പറയുന്നു ണ്ട്.

ഫേസ്ബുക്കിന് അങ്ങനെ ഒരു മുഖമുണ്ട്. ബ്ലോഗിലും ടിറ്ററിലും ബസിലുമൊക്കെ ഇത്തരം ചർച്ചകൾ നടക്കാറുണ്ടെങ്കിലും ഫേസ്ബുക്ക് കൂടുതൽ ജനകീയവും സ്വീകാര്യവുമായതോടെ എല്ലാവരും അവിടേക്ക് ചേക്കേറുകയാണ്. ഞാൻ ആ ഗ്രൂപ്പിലെ സ്നേഹിതരോട് ചോദിച്ചു. ഫേസ്ബുക്കിൽ നിങ്ങൾക്കുണ്ടായ നല്ലതും ചീത്തയുമായ അനുഭവങ്ങൾ പങ്കുവയ്ക്കാമോ എന്ന്. ഫേസ്ബുക്കിനെ കരുതലോടെയാണ് അവർ ഉപയോഗിക്കുന്നത്. അതിന്റെ ഗുണവും ദോഷവും അവർക്കറിയാം. നല്ല സൗഹൃദം ചമഞ്ഞെത്തിയവർ പഞ്ചാരക്കുട്ടപ്പന്മാരായി മാറുന്ന അനുഭവമുണ്ട്. അത്തരക്കാരെ മാറ്റിനിർത്താൻ അവർക്ക് കഴിയുന്നു. നെറ്റിൽ പരിചയപ്പെടുമ്പോൾ വലിയ ആദർശം പറയുന്നവർ വെറും പുരുഷന്മാരായി മാറുന്ന അനുഭവങ്ങളും പെൺകുട്ടികൾക്കുണ്ട്.

എന്നെ ഈ ഗ്രൂപ്പിലേക്ക് ക്ഷണിച്ച അനാമിക അവളുടെ സ്വന്തം പ്രൊഫൈലിൽ ഇങ്ങനെ എഴുതി വെച്ചു, ഒരു ദിവസം:

fb gav chance to meet many seniors..but...not even a single se-
nior chechi!!!: O are gals less social??!!!!

തൃശൂർ മെഡിക്കൽ കോളേജിൽ വിദ്യാർത്ഥിനിയാണ് അനാമിക. അതിന് വേറൊരു പെൺകുട്ടി എഴുതിയ രസകരമായ മറുപടിയുണ്ട്:

aey... anganonnumilla... chettanmar namukk ingott req ayakkum...
chechimarkk nammal angott ayakkanam...dats only d diff.

കാമ്പസിലെ ജൂനിയർ വിദ്യാർത്ഥികളും സീനിയർ വിദ്യാർത്ഥികളും പലപ്പോഴും കണ്ടുമുട്ടുന്നത് ഫേസ്ബുക്കിലാണ്. കാമ്പസിൽ പരസ്പരം തീരെ കണ്ടുമുട്ടാത്തവരുമുണ്ടാകും.

പുഴയോളം എന്ന ഗ്രൂപ്പിലേക്ക് എന്നെ ചേർത്തുവെച്ചത് ഛത്തിസ്ഗ ഡ്ഢിൽ വീട്ടമ്മയായ ലേഖാ വിജയ് ആണ്. പുഴയെക്കുറിച്ച് എത്രയെത്ര പാട്ടുകളും കവിതകളും ലേഖനങ്ങളും ചിത്രങ്ങളുമാണ് അതിൽ. പുഴയോടുള്ള എന്റെ വികാരങ്ങളും ഞാൻ അതിൽ ചേർത്തു വെച്ചു. പുഴയോരത്ത് ജീവിക്കുന്നവർക്കും പുഴയെ പ്രണയിക്കുന്നവർക്കും ഗൃഹാതുരത്വത്തോടെ കടന്നു ചെല്ലാനുള്ള ഒരിടമത്രെ ലേഖയും വിഷ്ണു പ്രസാദും അഡ്മിനിസ്ട്രേറ്റർമാരായ ആ ഗ്രൂപ്പ്.

രാഷ്ട്രീയവും സാഹിത്യവും സിനിമയുമെല്ലാം ഫേസ്ബുക്കിൽ ഓരോരുത്തരുടെ അഭിരുചി പോലെ ചർച്ച ചെയ്യപ്പെടുന്നുണ്ടെങ്കിലും എനിക്ക് ഇതൊരു സൗഹൃദപ്പുരയാണ്. ഇന്റർനെറ്റിലെ അവാസ്തവിക ലോകത്തേക്ക് (virtual world) കടന്നതു മുതൽ ആ ഒരു അനുഭൂതി എനിക്കുണ്ട്. ആദ്യ കാലത്തെ ചാറ്റ് റൂമുകളിലും ബ്ലോഗിലും ഓർക്കു ട്ടിലും ബസിലും ഇപ്പോൾ ഫേസ്ബുക്കിലുമൊക്കെ ഗൗരവമുള്ള ചർച്ചകൾക്കപ്പുറം ഒരു തരം മാനസികോല്ലാസം അനുഭവിക്കുന്നവരാണ് ഏറെപ്പേരും. ഗാഢമായ ബന്ധങ്ങളിൽ ചെന്നു പെടുന്നവരുമുണ്ട്. മുസ്തഫക്കൊരു പുസ്തകം വേണമെന്നും വീട് വേണമെന്നും ബ്ലോഗിൽ എഴുതുമ്പോൾ അതിനോട് ഒപ്പം നില്ക്കാൻ ആയിരം പേരുണ്ടാകുന്നത് അതുകൊണ്ടാണ്. ബ്ലോഗിലെ കവി ജ്യോനവൻ അപകടത്തിൽ പെടു മ്പോൾ അവന്റെ ജീവൻ നിലനിർത്താൻ ആയിരങ്ങൾ കരളുരുകി പ്രാർ ത്ഥിക്കുന്നത് അതുകൊണ്ടാണ്. ശരീരം തളർന്നു നാലു ചുവരുകൾക്കു ള്ളിൽ ഒറ്റപ്പെട്ടുപോയ മുസ്തഫയും ഹാറൂനും മാരിയത്തുമൊക്കെ പരസ്പരം മിണ്ടുന്നതും പുതിയ സംഘബോധത്തിലേക്ക് ഉയരുന്നതും ഈ വെർചൽ ലോകത്താണ്.

പരസ്പരം കാണുകയോ നേരിട്ട് മിണ്ടുകയോ ചെയ്തിട്ടില്ലാത്ത വരാണ് ഈ അവാസ്തവിക സ്നേഹത്തിന്റെ ചെറിയ വള്ളങ്ങളിൽ തുഴഞ്ഞു നീങ്ങുന്നത്. ബ്ലോഗിലോ ഓർക്കുട്ടിലോ ഫേസ്ബുക്കിലോ എന്നും കാണുന്ന ഒരാളെ കാണാതാകുമ്പോൾ മ്യൂചൽ ഫ്രണ്ട്സ് അയാ ളെക്കുറിച്ച് പരസ്പരം അന്വേഷിക്കുന്നതും കണ്ടെത്തുന്നതും അങ്ങ നെയൊരു സ്നേഹം നിലനില്ക്കുന്നതു കൊണ്ടാണ്. സ്നേഹിക്കാൻ പറ്റിയ ഇടങ്ങളിൽ തന്നെയാണല്ലോ ചതിയും പൊട്ടിമുളയ്ക്കുന്നത്. ചതിക്കാൻ ഏറ്റവും നല്ല ഉപാധി സ്നേഹവുമാണ്. അങ്ങനെ ചതിയിൽ പെട്ടവരുമുണ്ട്. മസ്കറ്റിലെ എന്റെ സുഹൃത്തിന് ഒരുപാട് പണം ഒരു വെർചൽ പ്രണയത്തിന്റെ പേരിൽ നഷ്ടപ്പെട്ടു പോയത് അങ്ങനെയാണ്.

ബാല്യം വിട്ടിട്ടില്ലാത്ത കുട്ടികളുടെ സാന്നിദ്ധ്യം ഫേസ്ബുക്കിൽ കണ്ട് ഞാൻ അത്ഭുതപ്പെട്ടിട്ടുണ്ട്. സ്കൂളിലെ ശത്രുത ഫേസ ബുക്കിലൂടെ തീർക്കാൻ ശ്രമിക്കുന്ന രണ്ട് കുട്ടികളെ ഒന്നിപ്പിക്കാൻ

കഴിഞ്ഞ ദിവസം ഇടപെടേണ്ടി വന്നു. രണ്ടു പേരും എന്റെ ഫ്രണ്ട്സ് ലിസ്റ്റിലുള്ള പതിമൂന്നുകാരികൾ. ഒരാൾ മറ്റേയാളുടെ ലിസ്റ്റിലുള്ള ആൺസുഹൃത്തുക്കളെ ആഡ് ചെയ്തു, അവളെക്കുറിച്ച് അപവാദങ്ങൾ പറയുന്നു. സ്കൂളിലെ പാട്ടുകാരികളാണ് രണ്ടു പേരും. ഒരാൾക്ക് കിട്ടുന്ന അംഗീകാരങ്ങളാണ് മറ്റവളെ ചൊടിപ്പിക്കുന്നത്. ഫേസ്ബുക്കിലൂടെ പരസ്പരം ഭീഷണിപ്പെടുത്തുന്ന അമേരിക്കയിലെ ടീനേജേഴ്സിനെ കുറിച്ച് ഇന്റർനെറ്റിൽ വായിച്ചത് ഈയിടെയാണ്. ഒരു അമ്മ തന്റെ മകനെ ഈ വിധം പീഡിപ്പിക്കുന്നവർക്കെതിരെ പൊലീസിൽ പരാതി നൽകി. ടീനേജുകാരുടെ ഫേസ്ബുക്കിൽ മാതാപിതാക്കളുടെ പൊലീസിങ് വേണ്ടതുണ്ടോ എന്നായിരുന്നു പിന്നീട് കുറേ ദിവസം അവിടെ ചർച്ച.

പരസ്പരം തല്ലു പിടിച്ച പാട്ടുകാരി കുട്ടികളിൽ ഒരാൾ ഒരിക്കൽ പറഞ്ഞു: "അങ്കിൾ ഒരാൾ എനിക്ക് സഭ്യമല്ലാത്ത മെസ്സേജുകൾ അയ ക്കുന്നു. എന്താണെന്ന് ചോദിച്ചപ്പോൾ ഐ ലവ് യു, ഐ വിൽ മാരി യു എന്നൊക്കെയാണത്രെ ഫേസ്ബുക്കിലെ സ്വകാര്യ സന്ദേശങ്ങളായി വരുന്നത്" എന്ന്. പതിമൂന്ന് വയസ്സുകാരി അത്തരം സന്ദേശങ്ങൾക്കു മുന്നിൽ പകച്ചു നില്ക്കുന്നു. മക്കളുടെ ഫേസ്ബുക്ക് ആക്ടിവിറ്റികളെ കുറിച്ച് രക്ഷിതാക്കൾ ബോധവാന്മാരാകണമെന്നില്ല. പക്ഷേ, കാമുകിമാ രോടും അടുത്ത കൂട്ടുകാരികളോടും ഫേസ്ബുക്കിലോ ഓർക്കുട്ടിലോ അധികം കളിക്കേണ്ടെന്ന് ഉപദേശിക്കുന്ന ചേട്ടന്മാർക്ക് ഈ സ്പേസിലെ വിളയാട്ടങ്ങളെക്കുറിച്ച് ബോധമുണ്ട്. അതുകൊണ്ട് അവർ പ്രിയപ്പെട്ട പെൺകുട്ടികളുടെ പ്രൊഫൈലിൽ നിത്യവും കയറിയിറങ്ങുന്നു.

ഓർക്കുട്ടിൽ നിന്ന് ജീവിതത്തിലേക്ക് കടന്നുവരുന്ന പുരുഷനു മുന്നിൽ ദാമ്പത്യ ദുഃഖങ്ങൾ മായ്ച്ചു കളയുന്ന ഒരു വീട്ടമ്മയെ എനിക്ക റിയാം. ആ പ്രണയ രഹസ്യം നെറ്റ് വർക്കിലെ വിശ്വസ്തരെന്ന് കരുതുന്ന മറ്റ് സുഹൃത്തുക്കളോട് പങ്കുവയ്ക്കുന്നതിലും അവർക്ക് മടിയില്ല. അഭ്യസ്ത വിദ്യരും തൊഴിൽ രഹിതരുമായ വീട്ടമ്മമാർ ഫേസ് ബുക്ക് പോലെ സജീവമായ സോഷ്യൽ നെറ്റ്‌വർക്കുകളെ ഫലപ്രദമായി ഉപയോഗപ്പെടുത്തുന്നുണ്ട്. ഭർത്താവ് ജോലിക്കും കുട്ടികൾ ക്ലാസുകളി ലേക്കും പോയാൽ അവർ വീട്ടിൽ തനിച്ചാണ്. വീടുകളിലും ഫ് ളാറ്റുകളിലും കഴിയുന്ന അണുകുടുംബങ്ങളിൽ ഒറ്റപ്പെടലിന്റെ ഏറ്റവും വലിയ നോവനുഭവിക്കുന്നത് ഈ വീട്ടമ്മമാരാണ്. അവർക്ക് സോഷ്യൽ നെറ്റ്‌വർക്കുകൾ നൽകുന്ന ആശ്വാസം ചില്ലറയല്ല.

ഫേസ്ബുക്കിൽ ഞാനൊരു ഒളിഞ്ഞു നോട്ടക്കാരൻ മാത്രമാണ്. എന്റെ സുഹൃത്തുക്കൾ ഇന്ന് എന്തൊക്കെ ചെയ്തു? അവരുടെ ഇന്നത്തെ സ്റ്റാറ്റസ് എന്താണ്? അവർ ആരെയൊക്കെ പുതിയ സുഹൃത്തുക്കളാക്കി? ആരുടെയൊക്കെ ചുവരിൽ കോറി? ആരിൽ നിന്നൊക്കെ കമന്റ്സ് കിട്ടി? എന്റെ സുഹൃദ് സംഘത്തിലെ സുന്ദരിമാരെ ആരൊക്കെ പോക്ക് ചെയ്തു എന്നൊക്കെ ഞാൻ നോക്കും? എന്നിട്ട് ഒന്നും മിണ്ടാതെ പോരും. ചിലപ്പോൾ ഞാനും ഇവിടെയൊക്കെ ഉണ്ടെന്ന് അറിയിക്കാൻ വെറുതെ ഒരു ലൈക്കിലൊക്കെ അങ്ങ് ക്ലിക്ക് ചെയ്യും.

ലോകത്ത് ഏതു ഭാഗത്തുള്ള സുഹൃത്തിന്റേയും ചലനങ്ങൾ അങ്ങനെ നമുക്കു വീക്ഷിക്കാം. മെയിൽ അയച്ചിട്ട് മറുപടി തരാത്തവരുടെ ആക്ടിവിറ്റീസും റിക്വസ്റ്റ് അയച്ചിട്ട് നമ്മെ അവഗണിച്ചവർ വേറെ ആരുടെയൊക്കെ റിക്വസ്റ്റ് സ്വീകരിച്ചുവെന്നുമൊക്കെ നമുക്ക് അറിയാൻ പറ്റും.

ജിദ്ദയിൽ നിന്ന് ഞാൻ തിരിച്ചു പോന്നെങ്കിലും ആ ഫീൽ എനിക്കില്ല. കാരണം എനിക്കു വേണ്ടപ്പെട്ടവരോടൊക്കെ ഫേസ്ബുക്കിൽ ഞാൻ ഏതു നേരവും സംവദിക്കുന്നു. അവരുടെ പുതിയ ഫോട്ടോകൾ കാണു ന്നു. അവിടുത്തെ കലാ സാംസ്കാരിക പ്രവർത്തനങ്ങൾ അറിയുന്നു. അതിന്റെ വീഡിയോ ക്ലിപ്പുകൾ കിട്ടുന്നു. ഓരോ വിശേഷത്തിലേക്കും എന്നെ ടാഗ് ചെയ്യാൻ എത്ര സുഹൃത്തുക്കളാണ്. അടുത്ത വീട്ടിലെ കാര്യങ്ങളൊന്നും എനിക്ക് അറിയില്ലെങ്കിലും ലോകത്തെങ്ങുമുള്ള അറിയുന്നവരും അറിയാത്തവരുമായ സുഹൃത്തുക്കളുടെ വിശേഷങ്ങൾ ഞാൻ അപ്പപ്പോൾ അറിയുന്നു.

ഇന്നലെ എന്റെ ഫ്രണ്ട്സ് ലിസ്റ്റിലേക്ക് വന്ന ക്രിസ്റ്റീന പറഞ്ഞത് അതാണ്: 'എന്റെ അച്ഛൻ മിലിട്ടറിയിലാണ്. ഓരോ മൂന്ന് വർഷത്തിലും പുതിയ സ്ഥലത്തേക്ക് മാറ്റം. ഓരോ മാറ്റത്തിലും എനിക്ക് നഷ്ടപ്പെടുന്നത് എന്റെ കൂട്ടുകാരാണ്. ഇപ്പോൾ നോക്കു ഒമ്പത് വർഷം കൊണ്ട് എനിക്ക് നഷ്ടമായ കൂട്ടുകാരിൽ പലരേയും ഫേസ്ബുക്കിൽ ഞാൻ കണ്ടെത്തു ന്നു.'

ഇവിടെ നമ്മൾ ഒരിക്കലും ഒറ്റയ്ക്കായി പോകുന്നില്ല. ഒറ്റയ്ക്കായി പോകുന്നവർ ഇത്തരം അവാസ്തവിക കൂട്ടുകെട്ടുകളിൽ വല്ലാതെ മനം മയങ്ങുന്നുണ്ട്. ഏകാന്തതയിൽ വല്ലാത്തൊരു റിലാക്സ് തരുന്നു അത്. സോഷ്യൽ നെറ്റ് വർക്കുകൾ സ്വയം ആവിഷ്കാരങ്ങൾ നിർവ്വഹിക്കുന്ന തിനും അതു വഴി ആത്മരതി അനുഭവിക്കുന്നതിനുമുള്ള ഇടം മാത്രമല്ല. ദാമ്പത്യങ്ങളിൽ ഒറ്റപ്പെട്ടും അസംതൃപ്തരായും കഴിയുന്ന സ്ത്രീക്കും പുരുഷനും ഇത്തരം നെറ്റ് വർക്കുകൾ അല്ലെങ്കിൽ ഓൺലൈൻ ചങ്ങാ ത്തങ്ങൾ നല്കുന്ന ആശ്വാസം ചില്ലറയല്ല. അതുകൊണ്ടാണ് ഫേസ് ബുക്ക് വിവാഹ മോചനത്തിന് കളമൊരുക്കുന്നുവെന്ന് വാർത്തകൾ വരുന്നത്. ബന്ധങ്ങൾ മറ്റ് രീതിയിലേക്ക് വളർത്തിക്കൊണ്ടു പോകാൻ ചാറ്റ് റൂമുകളിലെ സ്വകാര്യത സ്ത്രീക്കും പുരുഷനും വളം നല്കുന്നു.

ഒറ്റയ്ക്കാകാൻ ഒട്ടും ഇഷ്ടമില്ലാത്തതുകൊണ്ടാണ് ഞാൻ ഈ വെർച്വൽ വേൾഡിലേക്ക് കടന്നു ചെന്നത്. ഒറ്റയ്ക്ക് കിടന്നാൽ എനിക്ക് ഉറക്കം വരികയേ ഇല്ല. ചെറുപ്പം തൊട്ടേ വലിയ ആൾക്കൂട്ടത്തിൽ കിടന്നുറങ്ങി ശീലിച്ചതു കൊണ്ടാകാം. ആൾക്കൂട്ടമെന്ന് പറയുന്നത് ഞാനും ഉമ്മയും ബാപ്പയും സഹോദരങ്ങളുമടങ്ങുന്ന എന്റെ വീട്ടുകാർ തന്നെയാണ്. പത്ത് പേരുണ്ട് ഞങ്ങൾ. ചെറിയ രണ്ട് മുറിപ്പുരയിൽ എങ്ങനെ പകുത്തു കിടന്നാലും അഞ്ചു പേർ ഒരു മുറിയിലുണ്ടാകും. ഓർഫനേജിലെത്തിയപ്പോൾ വലിയ ഡോർമിറ്ററികളിൽ അനേകം

കുട്ടികൾക്കൊപ്പമായിരുന്നു കിടത്തം. ഇപ്പോൾ അഞ്ച് കിടപ്പു മുറികളുള്ള വീട്ടിൽ ഏതെങ്കിലും മുറിയിൽ ഒറ്റയ്ക്ക് കിടക്കേണ്ടി വന്നാൽ എനിക്കുറക്കം വരില്ല. മക്കളെ മാറ്റിക്കിടത്താൻ മാത്രം വലുപ്പമായെങ്കിലും അവരേയും കൂട്ടിയേ ഞാൻ ഉറങ്ങാറുള്ളു. അപ്പോഴും തോന്നും എനിക്കു ചുറ്റും കിടക്കുന്നവരുടെ എണ്ണം കുറവാണല്ലോ എന്ന്.

അപ്പോൾ ഒറ്റയ്ക്കായിപ്പോകുമ്പോൾ അനുഭവിക്കേണ്ടി വരുന്ന വിരസത എത്ര ഭയാനകമായിരിക്കും? പ്രവാസത്തിന്റെ വലിയ വിരസതയിലേക്കും ഒറ്റപ്പെടലിലേക്കും കടൽ കടന്നു ചെന്നപ്പോൾ വലിയ ആൾക്കൂട്ടത്തിലും ഞാൻ ഒറ്റപ്പെട്ടു നിന്നത് എന്തുകൊണ്ടെന്ന് എനിക്ക് അറിയില്ല. അവിടെ ഞാൻ എന്നും തനിച്ചായിരുന്നു. എന്റേതല്ലാത്ത, എന്റെ വേരുകൾക്ക് വളം പിടിക്കാത്ത ഏതോ നാട്ടിലെ ജീവിതം. ഞാൻ ആരാണെന്ന് എപ്പോഴും സ്വയം ബോദ്ധ്യപ്പെട്ടുകൊണ്ടിരിക്കണം. കാരുണ്യത്തിന്റെ വാതിൽ തുറന്നുതന്ന നാടിന്റെ അധികാരികളെ ബോദ്ധ്യപ്പെടുത്തി കൊണ്ടിരിക്കണം. തിരിച്ചറിയൽ കാർഡ് കൈയിൽ വയ്ക്കാൻ മറന്നുപോയാൽ സ്വന്തം അസ്തിത്വത്തെ കുറിച്ച വേവലാതിക്കൊപ്പം വലിയൊരു ജനസഞ്ജയത്തിൽ നമ്മൾ പെട്ടെന്ന് ഏകാകിയായിപ്പോകും. അങ്ങനെയുള്ള ഒരു കാലത്തിലേക്കുള്ള യാത്രയുടെ തുടക്കത്തിൽ തന്നെയാണ് അവാസ്തവികമായ (virtual) ഒരു ലോകത്തേക്കുള്ള യാത്രയും ഞാൻ ആരംഭിക്കുന്നത്. ആ ലോകത്ത് സ്വയം അനാവരണം ചെയ്തു, പൂർണ്ണ നഗ്നനായി നില്ക്കുമ്പോൾ എന്റെ എല്ലാ അസ്തിത്വ ദുഃഖങ്ങളും മാഞ്ഞു പോകുന്നതുപോലെ തോന്നിയിട്ടുണ്ട്. അവാസ്തവികമായ ആ മുറികളിൽ എനിക്കു ചുറ്റും ഒരുപാട് പേരുണ്ടായിരുന്നു.

എനിക്ക് ഏറ്റവും പ്രിയപ്പെട്ടവർക്കൊപ്പം ആരും കാണാതെ തനിച്ചിരിക്കാനും നേരം പുലരുവോളം വർത്തമാനം പറഞ്ഞിരിക്കാനുമുള്ള സ്വകാര്യ ഇടങ്ങളുമുണ്ടായിരുന്നു. തൊട്ടടുത്തുണ്ടെന്ന് തോന്നുന്ന, എന്നാൽ ഏറ്റവും അകലെ നിന്ന് വന്നെത്തിയ ചില സ്നേഹങ്ങളെ ഞാൻ വിശ്വസിച്ചു, പ്രണയിച്ചു. സ്വന്തമെന്ന് കരുതി അഹങ്കരിച്ചു. അവാസ്തവികതയുടെ യാഥാർത്ഥ്യം ബോദ്ധ്യപ്പെടുത്തി ചിലപ്പോൾ ചില സ്നേഹങ്ങൾ മാഞ്ഞുപോയി. അപ്പോൾ തീർത്തും വാസ്തവികമായ (Riality) ഇപ്പുറത്തെ ലോകത്തിരുന്നു ഞാൻ തേങ്ങിക്കരഞ്ഞു. അവരൊക്കെ ഏതേത് ലോകങ്ങളിൽ പോയി മറഞ്ഞെന്ന് ഓർത്തു സങ്കടപ്പെട്ടു. എവിടെയായാലും സന്തോഷത്തോടെ, സമാധാനത്തോടെ ഇരിക്കട്ടെ എന്ന് ഞാൻ കണ്ടിട്ടില്ലാത്ത, കാണാൻ സാദ്ധ്യതയില്ലാത്ത എന്റെ സ്നേഹങ്ങൾക്കു വേണ്ടി ഞാൻ പ്രാർത്ഥിച്ചു. അത്തരം സൗഹൃദങ്ങളുടെ സുഖവും ദുഃഖവും ഞാൻ അനുഭവിക്കുന്നു. ഫേസ്ബുക്ക് എനിക്ക് തരുന്നതും ഈ വിർച്ചൽ ജീവിതമത്രെ.

കംപ്യൂട്ടറും ഇന്റർനെറ്റുമാണ് അവാസ്തവികമായ ആ ലോകത്തേക്ക് വഴി തുറന്നുതന്നത്. യാഹുവിലെ ഒരു ഇമെയിൽ ഐഡിയിലായി

രുന്നു തുടക്കം. വിദേശത്തെ ഓഫീസിലെ സൗകര്യങ്ങളാണ് അതിന് സഹായകമായത്. സ്വന്തമായി ഒരു ഇമെയിൽ ഐഡിയുണ്ടായെങ്കിലും അത് ഉപയോഗിക്കാൻ നിവൃത്തിയില്ലായിരുന്നു. സുഹൃത്തുക്കൾക്കോ ബന്ധുക്കൾക്കോ ഇമെയിൽ ഐഡിയുണ്ടെങ്കിലല്ലേ ഒരു മെയിൽ അയക്കാൻ പറ്റൂ. ഇന്റർനെറ്റും ഇമെയിലും പതുക്കെ പ്രചാരത്തിലായി വരുന്നേയുള്ളൂ, അപ്പോൾ നമ്മുടെ വൃത്തങ്ങളിൽ.

ഓഫീസിൽ തന്നെ തൊട്ടടുത്ത സീറ്റുകളിലിരിക്കുന്ന സഹപ്രവർ ത്തകർക്ക് മെയിൽ അയച്ചും മെസ്സഞ്ചറിൽ ചാറ്റ് ചെയ്തും കളിക്കും. അക്കാലത്താണ് പലതരം ചാറ്റ് റൂമുകളിലൂടെ കയറിയിറങ്ങാൻ തുടങ്ങിയത്. അപ്പോഴേക്കും ഹോട്ട്മെയിലിലും ഒരു ഐഡി ക്രിയേറ്റ് ചെയ്തിരുന്നു. സ്വന്തമായി രണ്ട് ഇമെയിൽ ഐഡി! അന്നേരമാണ് കോഴിക്കോട്ടെ റീജിയണൽ എൻജിനീയറിങ് കോളേജിൽ ഏതാനും വർഷം മുമ്പ് നടന്ന ഒരു ചടങ്ങിനെക്കുറിച്ച് ഓർത്തത്. അവിടെ ഇലക് ട്രോണിക് ഡിപ്പാർട്ട്മെന്റിൽ ഇലക്ട്രോണിക് മെയിൽ സൗകര്യം ലഭ്യമായപ്പോൾ അതിന്റെ ഉദ്ഘാടനം വലിയൊരു ചടങ്ങായിരുന്നു. നഗരത്തിലെ മാധ്യമ പ്രവർത്തകരെയൊക്കെ വിളിച്ചു വരുത്തി ആഘോ ഷമായ ചടങ്ങ്. ഡിപ്പാർട്ട്മെന്റിലെ ഏതോ പ്രൊഫസർ ആ മെയിലിന്റെ സൂത്രങ്ങൾ വിശദമായി പറഞ്ഞുതന്നു. കംപ്യൂട്ടറിൽ തീർത്തും നിരക്ഷരരായിരുന്ന ഞാൻ ഉൾപ്പെടെയുള്ള പത്രലേഖകർ ഇലക് ട്രോണിക് മെയിലിന്റെ അതിശയം കാര്യമായിത്തന്നെ പിറ്റേന്നത്തെ പത്രത്തിൽ റിപ്പോർട്ട് ചെയ്തു. അത് ഇമെയിലായിരുന്നുവെന്ന് പിന്നെയും എത്രയോ കഴിഞ്ഞാണ് മനസ്സിലായത്. എത്ര പെട്ടെന്നാണ് ഇന്റർനെറ്റും ഇമെയിലും സോഷ്യൽ നെറ്റ്‌വർക്കുമൊക്കെ ഓരോ വിരൽത്തുമ്പിലും കിടന്നു പുളയ്ക്കുവാൻ തുടങ്ങിയത്.

ഇന്ന് കംപ്യൂട്ടറും ഇന്റർനെറ്റും വീടുകളിൽ ടെലിഫോൺ പോലെ സാർവത്രികമായതോടെ വീട്ടമ്മമാരും കൗമാരക്കാരും സോഷ്യൽ നെറ്റ് വർക്കുകളിൽ സജീവമാണ്.

ഞാനെന്റെ എല്ലാ രഹസ്യങ്ങളും പറഞ്ഞ ഒരു പെണ്ണുണ്ട്. അതെന്റെ ഭാര്യയല്ല. കാമുകിയുമല്ല. ഭാര്യയോടും കാമുകിയോടും ഒരു രഹസ്യവും പറയാൻ കഴിയില്ലല്ലോ. അതോടെ പൊട്ടിത്തകരില്ലേ ദാമ്പത്യവും പ്രണ യവും? ചില രഹസ്യങ്ങൾ സുഹൃത്തുക്കളോടും പറയാൻ പറ്റില്ല. ആരോ ടും പറയാൻ പറ്റാത്ത അത്തരം രഹസ്യങ്ങൾ എല്ലാവർക്കുമുണ്ടാകും. അത് അവനവൻ ചെയ്ത നെറികേടുകളാകാം. ചാപല്യങ്ങളാകാം. നാലാൾ അറിഞ്ഞാൽ നാണക്കേടാകുമെന്ന് ഓർത്ത് ഏതോ ഇരുട്ടുമുറി കളിൽ നമ്മൾ ലംഘിച്ച സദാചാര കല്പനകളാകാം. പൊതുസമൂ ഹത്തിൽ നമ്മൾ കൊണ്ടുനടക്കുന്ന കപടമുഖത്തിന്റെ മറുവശമാകാം. എപ്പോഴെങ്കിലും അതൊക്കെ ആരോടെങ്കിലും ഒന്നു തുറന്നു പറയുമ്പോഴല്ലേ നമ്മൾ സ്വയം നഗ്നതപ്പെടുകയുള്ളൂ. അങ്ങനെ ഒരു കണ്ണാടിക്കു മുന്നിൽ, മുഖംമൂടികളില്ലാതെ പൂർണ്ണ നഗ്നനായി നില്ക്കുമ്പോഴല്ലേ നമ്മെ നമുക്കെങ്കിലും തിരിച്ചറിയാൻ സാധിക്കൂ.

അങ്ങനെ പൂർണ്ണ നഗ്നനായി ഞാൻ എന്നെ നോക്കി നിന്ന കണ്ണാടിയായിരുന്നു അവൾ—ലിൻഡ. ദൂരെ ദൂരെ അങ്ങ് ഇംഗ്ലണ്ടിലാണ് അവൾ. ഡെവോൺ നഗരത്തിലെ പ്രശസ്തമായ ഒരു സ്ഥാപനത്തിന്റെ മേധാവി. വ്യക്തികൾക്കും കുടുംബങ്ങൾക്കും അവരുടെ വംശവൃക്ഷത്തിന്റെ വേരുകൾ കണ്ടെത്തിക്കൊടുക്കുന്ന സ്ഥാപനമാണ് അത്.

ഓർക്കുട്ടും ടിറ്ററും ഫേയ്സ്ബുക്കും മൈ സ്പെയ്സും ബസുമൊക്കെ അടങ്ങുന്ന സോഷ്യൽ നെറ്റ്‌വർക്കുകളൊന്നും ആരംഭിച്ചിട്ടില്ലാത്ത ഒരു കാലത്താണ് ഇന്റർനെറ്റിന്റെ അതിവിശാലമായ ലോകത്ത് ഞങ്ങൾ പരസ്പരം കണ്ടുമുട്ടുന്നത്. ഒരു ഗോസ്പൽ സൈറ്റിന്റെ ചാറ്റ്റൂമിൽ അവളുണ്ടായിരുന്നു. ചാറ്റിൽ വരുന്നവരെ വിശ്വസിക്കാനോ അടുപ്പിക്കാനോ കൊള്ളില്ല. ഒക്കെ വ്യാജന്മാരാകും. ആണ് പെണ്ണാകും. പെണ്ണ് ആണാകും. ആ ലോകത്ത് പിച്ച വെക്കാൻ തുടങ്ങിയ കൊച്ചു കുട്ടിയായിരുന്നു ഞാൻ. എല്ലാവരേയും സംശയത്തോടെ മാത്രം കണ്ടു.

wanna fucking?

wanna my nude pix?

തുടങ്ങിയ ആക്രോശങ്ങൾ കണ്ട് ചാറ്റ് റൂമുകളുടെ വാതിൽക്കൽ ഞാൻ അന്താളിച്ചു നിന്നു. ഇതെന്തൊരു ലോകം? ഭരണിപ്പാട്ടിനെ വെല്ലുന്ന തെറികൾ. ലൈംഗികതയല്ലാതെ അവിടെ വേറെ ഒന്നുമില്ല. ഒന്നു മിണ്ടി നോക്കണമെങ്കിൽ മാന്യമായി സംസാരിക്കുന്ന ആരെയെങ്കിലുമൊന്ന് കാണേണ്ടേ? ചാറ്റ് റൂമുകളിൽ കണ്ട ചില സ്ത്രീ നാമങ്ങൾക്കു നേരെ ഹായ് പറയാൻ ശ്രമിച്ചെങ്കിലും തിരിച്ചു വന്ന സന്ദേശങ്ങൾ കണ്ട പ്പോൾ തന്നെ മനസ്സിലായി, അത് പെൺ പേരിൽ പ്രത്യക്ഷപ്പെട്ട ഏതോ ആണുങ്ങളാണെന്ന്. സൈൻ ഔട്ട് ചെയ്ത് രക്ഷപ്പെടുകയേ നിവൃത്തി യുണ്ടായിരുന്നുള്ളൂ. പുഴവക്കത്തോ ബസ് സ്റ്റോപ്പിലോ കാമ്പസിലോ ചെന്ന് പഞ്ചാരയടിക്കുന്നതിനേക്കാൾ (flirting)മധുരമുണ്ട് അവാസ്തവിക ലോകത്തെ ഈ പഞ്ചാരയ്ക്ക്. പക്ഷേ, പെണ്ണാണെന്ന് ഉറപ്പു വരുത്താൻ ഒരു മാർഗ്ഗമില്ല. ഉറപ്പാക്കാതെ എങ്ങനെ ഫ്ലർട്ടിത്തുടങ്ങും?

ലിൻഡ പക്ഷേ, തുടക്കത്തിലേ പറഞ്ഞു ലൈംഗിക കാര്യങ്ങളെക്കു റിച്ച് സംസാരിക്കരുതെന്ന്. മാന്യമായാണെങ്കിൽ ഒരു സൗഹൃദമാകാം. ഞാൻ പറഞ്ഞു, പണ്ട് ഞങ്ങളെ അടിമകളാക്കി വെച്ച നാട്ടുകാരിയാണ് നീ. ആ നാട്ടിൽ നിന്ന് ഒരാളെ സുഹൃത്തായി കിട്ടുന്നതാണ് എന്റെ സ ന്തോഷം.

ലിൻഡ കടുത്ത വിശ്വാസിയാണ്. കാത്തലിക്. വായിക്കും. അപസർ പ്പക നോവലുകളോടാണ് താല്പര്യമെന്ന് തോന്നുന്നു. ഒരിക്കൽ അവൾ എനിക്ക് രണ്ട് പുസ്തകങ്ങൾ അയച്ചു തന്നു. സ്റ്റീവ് ബെറിയുടെ *ദ ആംബർ റൂമും ദ അലക്സാണ്ട്രിയാ ലിങ്കും*. അതേ പുസ്തകങ്ങൾ അവളും വാങ്ങിയിരുന്നു. കൊറിയർ കിട്ടിയ ദിവസം ഞാൻ അവൾക്ക് മെയിൽ അയച്ചു. അന്ന് ചാറ്റിൽ വന്നപ്പോൾ അവൾ പറഞ്ഞു, നീ പുസ്തകം വായിച്ചു തുടങ്ങുമ്പോൾ പറയണം. നമുക്ക് ഒരുമിച്ച് വായിച്ചു

തീർക്കാം. എന്നിട്ട് അതേക്കുറിച്ച് സംസാരിക്കാം. പക്ഷേ, ഇംഗ്ലീഷു കാരിയുടെ സ്പീഡിൽ എനിക്ക് അത് വായിച്ചു തീർക്കാൻ പറ്റുമോ?

ലൈംഗിക കാര്യങ്ങൾ പറയരുതെന്ന് ലിൻഡ ആദ്യം വാശിപിടി ച്ചെങ്കിലും ഞങ്ങൾ പരസ്പരം പറയാത്തതൊന്നുമില്ല. അങ്ങനെയാണ് ലിൻഡ അവളുടേയും ഞാൻ എന്റേയും രഹസ്യങ്ങൾ പരസ്പരം പറയാൻ തുടങ്ങിയത്. കൗമാരത്തിൽ ഒരു പെൺകുട്ടിയുടെ ജീവിതം ഇംഗ്ലണ്ടിലായാലും കേരളത്തിലായും ഒരുപോലെയാണെന്ന് ഞാൻ തിരിച്ചറിഞ്ഞു. കണ്ണാടിക്കു മുന്നിൽ വളരുന്ന മുലകൾ നോക്കി ആനന്ദിച്ചുവെന്ന് അവൾ പറഞ്ഞപ്പോൾ മാധവിക്കുട്ടി *എന്റെ കഥയിൽ* എഴുതിയ വരികൾ ഞാൻ ഓർത്തു. ആരുമില്ലാത്തപ്പോൾ ഉച്ചയ്ക്ക് ഞാൻ കുപ്പായമൂരി കണ്ണാടിയിൽ കണ്ട എന്റെ ശരീരത്തെ പരിശോധിച്ചു നോക്കി, മുഴുത്തു വന്നിരുന്ന മാറിടം നോക്കിയപ്പോൾ പെട്ടെന്ന് ഒരു നിധി കണ്ടെത്തിയ ഒരാളുടെ ചാരിതാർത്ഥ്യം എനിക്ക് അനുഭവപ്പെട്ടു വെന്നാണ് മാധവിക്കുട്ടി എഴുതിയത്. പിന്നീട് അച്ഛനമ്മമാരോടൊപ്പം ഒരവധിക്കാലം ചെലവഴിക്കാൻ ന്യൂസിലാന്റിലോ മറ്റോ പോയപ്പോൾ അവിടുത്തെ കടപ്പുറത്തിരുന്ന് ഒരു ഓസ്ട്രേലിയക്കാരൻ പയ്യനാണത്രെ അവളുടെ മാറിൽ ആദ്യം കൈവെച്ചത്. ആദ്യം ഒന്നു ഞെട്ടിയെങ്കിലും താൻ അത് ആസ്വദിച്ചുവെന്ന് ലിൻഡ പറഞ്ഞു. മാറിൽ ആദ്യം കൈവെച്ചവനെ കുറിച്ചും മാധവിക്കുട്ടി എഴുതിയിട്ടുണ്ട്.

അവാസ്തവികമായ ഒരു ലോകത്ത് ഇരുന്നുകൊണ്ടേ അങ്ങനെ സമ്മതിച്ചു തരാൻ ലിൻഡക്ക് കഴിയു. അവാസ്തവികമായ ഒരു ലോകത്ത് ഇരുന്നേ എനിക്ക് അത്തരം അനുഭവങ്ങളെ കുറിച്ച് ഉളുപ്പില്ലാതെ ചോദിക്കാൻ പറ്റൂ. ആദ്യത്തെ ചുംബനത്തെക്കുറിച്ചും ആദ്യത്തെ പുരുഷനെക്കുറിച്ചും കൗമാരത്തിലെ ലൈംഗികാനുഭവങ്ങളെക്കുറിച്ചും പീഡനശ്രമങ്ങളെക്കുറിച്ചും ഒക്കെ അവൾ പറഞ്ഞു. ഭാര്യയായാലും കാമുകിയായാലും ഒരു പെൺകുട്ടിയോടും ഇത്തരം അനുഭവങ്ങൾ പങ്കുവയ്ക്കാൻ പറ്റില്ല. ആരും സത്യം പറയുമെന്ന് വിചാരിക്കാനും പറ്റില്ല. ദൈവഭയമുള്ള ലിൻഡ പക്ഷേ, അറിഞ്ഞുകൊണ്ട് ഒരു തെറ്റും ചെയ്തിട്ടില്ല. എനിക്കുമുണ്ടായിരുന്നു അത്തരം രഹസ്യങ്ങൾ. ആദ്യത്തെ ചുംബനം, ആദ്യത്തെ സ്പർശനം, ആദ്യത്തെ പെണ്ണ് അങ്ങനെ പലതും. എല്ലാവരുടെയും ഏറ്റവും വലിയ രഹസ്യം ലൈംഗികതയുമായി ബന്ധപ്പെട്ടു തന്നെയാണല്ലോ. ഞരമ്പുകളെ ചൂടുപിടിപ്പിക്കുന്ന ഒരു ലൈംഗിക ചർച്ചയായിരുന്നില്ല അത്. സ്ത്രീയുടെ ശരീരത്തെ ഞാനും പുരുഷന്റെ ശരീരത്തെ അവളും അറിയാൻ ശ്രമിക്കുകയായിരുന്നു. സ്ത്രീയുടെ മനസ്സിനെ ഞാനും പുരുഷന്റെ മനസ്സിനെ അവളും അറി യുകയായിരുന്നു. നഗ്ന നാരിയും നഗ്ന വാനരനും വായിക്കുമ്പോലെ. അതുകൊണ്ടാണ് ലിൻഡ എന്നോട് മുസ്ലിം പുരുഷന്മാരുടെ ചേലാ കർമ്മത്തെക്കുറിച്ചു ചോദിച്ചത്.

ലിൻഡയുടെ പല രഹസ്യങ്ങളും എനിക്കുമറിയാം. അന്നോളം

ആരോടും പറയാത്ത രഹസ്യങ്ങളാണ് അവളും എന്നോട് പറഞ്ഞത്. ലിൻഡയെ ഞാൻ കണ്ടിട്ടില്ല. ലിൻഡ എന്നെയും കണ്ടിട്ടില്ല. ഇനി കാണുമെന്ന് പ്രതീക്ഷിക്കുന്നുമില്ല. അവാസ്തവികമായ ഒരു ലോകം തന്ന സ്വാതന്ത്ര്യത്തിന്റെ അപ്പുറത്തുമിപ്പുറത്തും ഇരുന്നാണ് ഞങ്ങൾ മഹാ രഹസ്യങ്ങൾ കൈമാറിയത്. ടെക്സ്റ്റിലും വോയ് സിലും വീഡിയോയിലും ഞങ്ങൾ മണിക്കൂറുകളോളം ചാറ്റ് ചെയ്തു. ഞാൻ ഒറ്റയ്ക്കായി പോയ നിമിഷങ്ങളിൽ ലിൻഡ എനിക്കും ലിൻഡ ഒറ്റക്കായി പോയ നിമിഷങ്ങളിൽ ഞാൻ ലിൻഡക്കും കൂട്ടായി. ഭക്ഷണം പാകം ചെയ്യുമ്പോൾ വെബ് ക്യാം അവൾ അടുക്കളയിലേക്ക് എടുത്തു. അവിടെ അവൾ പാകം ചെയ്യുന്ന ഹോട്ട് ഡോഗും ബർഗറും ഞാൻ ഇപ്പുറത്തിരുന്നു കണ്ടു. ഇന്ത്യൻ കറികൾ അവൾക്ക് ഇഷ്ടമാണ്. നഗരത്തിലെ ഇന്ത്യൻ റസ്റ്റോറന്റിൽ പോയി അവൾ കഴിച്ച കറികളെ കുറിച്ച് പറയും ചിലപ്പോൾ. അവൾ ദത്തെടുത്ത മക്കളെ ക്യാമറക്ക് മുന്നിൽ കൊണ്ടുവന്ന് നിർത്തി എന്നെ കാണിച്ചു.

ലിൻഡ മൂന്ന് വിവാഹം കഴിച്ചിട്ടുണ്ട്. ഒന്നിച്ചു ജീവിക്കാൻ വയ്യെ ങ്കിൽ പിരിഞ്ഞു പോകുന്നതിൽ അവർക്ക് ഒരു വിഷമവുമില്ല. നമ്മളെ പ്പോലെ ഇഷ്ടമില്ലാത്ത ബന്ധത്തിൽ അള്ളിപ്പിടിച്ച് ആയുസ്സ് തീർക്കില്ല. ആദ്യ ബന്ധത്തിൽ അവൾക്ക് രണ്ട് മക്കളുണ്ട്. വല്ലപ്പോഴും ആ മക്കളും അമ്മയുടെ ചാറ്റ് ബോക്സിൽ വന്ന് എന്നോട് വർത്തമാനം പറഞ്ഞു. മാറ്റും ക്ലെയറും എന്നെ അങ്കിൾ എന്നു വിളിച്ചു. ഇംഗ്ലീഷുകാരിപ്പെണ്ണ ങ്ങളെല്ലാം ലൈംഗിക അരാജകത്വത്തിൽ ജീവിക്കുന്നവരാണെന്ന് വിശ്വസിച്ച ഒരു മലയാളി അസൂയക്കാരനാണ് ഞാൻ. അത് അങ്ങനെയ ല്ലെന്ന് ലിൻഡ പറഞ്ഞു തന്നു. ഔട്ടിങ്ങും ഡേറ്റിങ്ങും ഒക്കെയുണ്ടാകും. ഒന്നിച്ചു ജീവിക്കാനുള്ള പുരുഷനെയോ സ്ത്രീയേയോ തെരഞ്ഞെടു ക്കാൻ. വിവാഹം കഴിച്ച് ഒന്നിച്ചു ജീവിക്കാൻ തുടങ്ങിയാൽ വേറെ പുരു ഷനെ തേടി പോകില്ല. അത് വഞ്ചനയാണെന്ന് വിശ്വസിക്കുന്നവളാണ് ലിൻഡ. അവിടുത്തെ സദാചാരവും അങ്ങനെ തന്നെ. സ്വന്തം മക്കൾ പ്രായപൂർത്തിയായതോടെ അവരുടെ കാര്യം അവർ നോക്കാൻ തുടങ്ങി. മാറ്റ് കാർപന്ററായി. അതിൽ നിന്നു കിട്ടുന്ന വരുമാനം കൊണ്ടാണ് അവൻ തുടർന്നു പഠിക്കുന്നത്. ക്ലെയർ ഏതോ സ്ഥാപനത്തിൽ പാർട്ട് ടൈം ജോലിക്ക് ചേർന്നു. രണ്ടുപേരും താമസം വേറെയായപ്പോഴാണ് ലിൻഡ മൂന്ന് കുട്ടികളെ ദത്തെടുത്തത്. ഒരു ആൺകുട്ടിയും രണ്ട് പെൺകുട്ടികളും. അവരുടെ ചെലവുകളും സംരക്ഷണവും ലിൻഡയുടെ കൈകളിൽ. ആ സമയത്ത് അവളോടൊപ്പം മൂന്നാമത്തെ ഭർത്താവുണ്ടാ യിരുന്നു. അയാളൊരു ദുഷ്ടനായിരുന്നു. രാത്രിയിൽ അയാൾ ലിൻഡയുടെ പത്ത് വയസ്സുകാരനായ ദത്തുപുത്രനെ ലൈംഗികമായി പീഡിപ്പിക്കാൻ ഒരുങ്ങി. കുഞ്ഞിന്റെ കരച്ചിൽ കേട്ട് ഓടിയെത്തിയ ലിൻഡ ഭർത്താവിനെ ചവിട്ടിപ്പുറത്താക്കി. അയാൾക്കെതിരെ പോലീസിൽ കേസ് കൊടുത്തു. ദത്തുമക്കളെയോർത്ത് ഇനി വിവാഹം വേണ്ടെന്ന് ലിൻഡ തീരുമാനിച്ചു.

ചാറ്റുറൂമിൽ വന്ന് അവൾ എന്നും സങ്കടങ്ങൾ പറഞ്ഞു. സന്തോ
ഷങ്ങൾ പറഞ്ഞു. ഒരുതരം ഏകാന്തത അവളെ വല്ലാതെ പീഡിപ്പി
ച്ചിരുന്നു. തിരിച്ചു പറയാൻ എനിക്കുമുണ്ടായിരുന്നു സങ്കടങ്ങളും സന്തോ
ഷങ്ങളും.

ഒരു ദിവസം അവളെ ഓൺലൈനിൽ കണ്ടില്ലെങ്കിൽ ഞാൻ
വേവലാതിപ്പെട്ടു. എന്നെ കണ്ടില്ലെങ്കിൽ അവളും. അന്ന് ഇൻബോക്
സിൽ ഒരു മെയിൽ വന്നു കിടക്കും. എന്തുപറ്റി? സുഖമല്ലേ? എന്ന രണ്ട്
ചോദ്യങ്ങളായി ആ സ്നേഹം കടൽ കടന്നു വരും.

രണ്ട് വർഷം മുമ്പ് എനിക്ക് ലിൻഡയെ നഷ്ടപ്പെട്ടു. ക്ലെയറിന്റെ
വിവാഹത്തിന്റെ ക്ഷണക്കത്ത് എനിക്ക് അയച്ചു തന്നിരുന്നു. അവളുടെ
വിവാഹ വസ്ത്രം ലിൻഡ തന്നെയാണ് ഡിസൈൻ ചെയ്തത്. പല
ഡിസൈനുകളുടെ മോഡലുകൾ എന്നെ കാണിച്ചിരുന്നു. വിവാഹ
വസ്ത്രത്തിൽ ക്ലെയറിന്റെ ഫോട്ടോ എടുത്ത് അയച്ചു തന്നിരുന്നു.
ഇടയ്ക്ക് ഒരു ദിവസം ലിൻഡയെ ഓൺലൈനിൽ കണ്ടില്ല. സ്തനത്തി
ലൊരു മുഴ. അത് കുത്തിയെടുത്തു ബയോപ്സിക്ക് കൊടുത്തിരിക്കുക
യായിരുന്നു. റിപ്പോർട്ടിൽ കുഴപ്പമൊന്നുമുണ്ടായിരുന്നില്ല. പക്ഷേ, പിന്നീട്
എപ്പോഴോ ഓൺലൈനിൽ നിന്ന് അവൾ അപ്രത്യക്ഷയായി. എന്റെ
മെയിലുകൾ അവളുടെ ഇൻബോക്സിൽ നിറഞ്ഞു കിടക്കുന്നുണ്ടാകും.
അവൾക്ക് എന്തു പറ്റിയെന്ന് ഒരു ഊഹവുമില്ല. ലിൻഡ, ഐ മിസ് യു
എ ലോട്ട്.

പിന്നെയുമുണ്ട്, എനിക്ക് ഒരു പ്രണയത്തോളം സ്നേഹം തന്ന്
എങ്ങോട്ടോ പോയി മറഞ്ഞവർ. അവരെ കാണാതെ ഞാൻ വല്ലാതെ
വേദനിക്കുന്നു. അവർക്ക് എന്തു സംഭവിച്ചുവെന്ന് അറിയാൻ നെറ്റ് വർക്കു
കളിൽ തപ്പിക്കൊണ്ടിരിക്കുന്നു. ഒരുപാട് വേദനകൾ പങ്കുവെച്ച തിരുവന
ന്തപുരത്തെ ഒരു വീട്ടമ്മ അവരിലൊരാളാണ്. ഓർക്കുട്ടിലെ അവരുടെ
പ്രൊഫൈൽ പേജ് തന്നെ മായ്ച്ചു കളഞ്ഞാണ് അവർ അപ്രത്യക്ഷ
യായത്. മ്യൂച്ചൽ ഫ്രണ്ട് സിനോടൊക്കെ ചോദിച്ചു നോക്കിയിട്ടും
ആർക്കും ഒരു പിടിയുമില്ല. വിദ്യാഭ്യാസവും നല്ല വായനയും ചിന്തയുമൊ
ക്കെയുണ്ടായിരുന്നിട്ടും അടുക്കളയ്ക്കകത്ത് തളയ്ക്കപ്പെട്ട അവർ
സോഷ്യൽ നെറ്റ് വർക്കിലൂടെ പുതിയ ലോകം കണ്ടെത്തുകയായിരുന്നു.
വേദനകൾ പറഞ്ഞ് എന്റെ ഉറക്കം കളഞ്ഞ സുഹൃത്തുക്കളും ഒരുപാടു
ണ്ട്. ബന്ധം സജീവമായിരുന്ന കാലത്ത് പലരുടെയും ജീവൽ പ്രശ്നങ്ങ
ളിൽ ഇടപെടാൻ സാധിച്ചിട്ടുണ്ട്. ഒരുപാട് മ്യൂച്ചൽ ഫ്രണ്ട്സുള്ളതു
കൊണ്ട് കഥാസന്ദർഭങ്ങളിൽ നിന്ന് എന്റെ കുട്ടുകാരെ വായനക്കാർക്ക്
പിടികിട്ടാനുള്ളതുകൊണ്ട് അക്കഥകളൊന്നും എഴുതാൻ വയ്യ.

ഫേസ്ബുക്കിൽ നിന്ന് ഒരിയ്ക്കൽ ഒരുവളെ ഞാൻ പുറത്തിറക്കി
ക്കൊണ്ടു വന്നു. തൊട്ടിട്ടും തൊടാത്തപോലെ തൊടാതിരുന്നിട്ടും
തൊട്ടപോലെ ഏറെ നേരം അവൾ എന്നോടൊപ്പം കടപ്പുറത്തിരുന്നു.
ചാറ്റുപെട്ടിയിലെ വാചാലത രണ്ടു പേർക്കുമില്ലായിരുന്നു. സൂര്യനെ കടൽ

വിഴുങ്ങിയപ്പോൾ അവൾ എന്നോട് പറഞ്ഞു. കടലുകൾക്ക് അക്കരെ നീ ഇരുന്നപ്പോഴുണ്ടായിരുന്ന എന്തോ ഒന്ന് നീ എന്റെ തൊട്ടരികത്ത് ഇരിക്കു മ്പോൾ എനിക്കു കിട്ടുന്നില്ല. ഇതാ ഈ കരയിൽ നങ്കൂരമിട്ടിരിക്കുന്ന ഏതെങ്കിലും വള്ളത്തിൽ കയറി നീ അക്കരേക്ക് തുഴഞ്ഞു പോകൂ. അക്ക രെ നിന്നു വരുന്ന ആ സ്നേഹം മതി എനിക്ക്. ഇക്കരെ നിന്ന് ഞാനും നിന്നെ സ്നേഹിക്കും.

വാസ്തവികതകൾക്കപ്പുറത്തുള്ള ആ ലോകങ്ങളിൽ ഞങ്ങൾ ഇപ്പോഴും സ്നേഹിച്ചു കൊണ്ടിരിക്കുന്നു. അടുത്തിരിക്കുമ്പോൾ കിട്ടാത്ത തൈന്തൊക്കൊയോ ആ വെർച്ചൽ വേൾഡിൽ ഞങ്ങൾ പരസ്പരം അനുഭവിക്കുന്നു.

(ലിൻഡ എന്നത് എന്റെ ഇംഗ്ലീഷ് കൂട്ടുകാരിയുടെ യഥാർത്ഥ പേര് അല്ല. ഏതെങ്കിലും സോഷ്യൽ നെറ്റ്‌വർക്കിൽ അവരെ ആരെങ്കിലും കണ്ടുപിടിക്കേണ്ടെന്ന് കരുതി പേര് മറച്ചുവെച്ചു എന്നു മാത്രം)

ഖബറിലേക്കുള്ള പെരുന്നാൾ യാത്രകൾ

പെരുന്നാളുകൾ എന്നും വീട്ടിലേക്കുള്ള യാത്രകൾ കൂടിയായിരു ന്നു. അഞ്ചാം ക്ലാസു മുതൽ യതീംഖാനയിൽ നിന്ന്. പിന്നെ നാട്ടിലെ തൊഴിലിടങ്ങളിൽ നിന്ന്. ഒടുവിൽ പ്രവാസത്തിന്റെ വിരസ നഗരത്തിൽ നിന്ന്. അങ്ങനെയൊരു യാത്ര പുറപ്പെടാൻ നേരത്താണ് ജമാലുദ്ദീൻ പറഞ്ഞത്, ഒരു പെരുന്നാൾ കുട്ടികളോടൊപ്പം എനിക്കും കൂടണം. അത് ജമാലിന്റെ സ്വപ്നമാണ്. ഒപ്പം താമസിക്കുന്ന മുഹമ്മദിന്റെയും അബ്ദുറഹ്മാന്റെയും സ്വപ്നമാണ്. ആറ് വർഷം മുമ്പ്, നാല് വർഷത്തെ ഇടവേളയ്ക്കുശേഷമായിരുന്നു ഒരു പെരുന്നാളിന് വീട്ടിൽ കൂടാൻ ഞാൻ പുറപ്പെട്ടത്.

അന്നത്തെ ആ യാത്ര ഓർമ്മയിലുണ്ട്. ഇരുട്ടിന്റെ ആകാശങ്ങളെ കീറിമുറിച്ച് വിമാനം പറന്നുയരുകയാണ്. താഴെ വൈദ്യുതി ദീപങ്ങളുടെ ചന്തത്തിനൊപ്പം പ്രവാസ ഭൂമി കണ്ണിൽനിന്നും മനസ്സിൽനിന്നും മാഞ്ഞു പോയി. പെരുന്നാളിന്റെ ആഹ്ലാദങ്ങളിലേക്ക് പ്രിയപ്പെട്ടവരുടെ സാമീപ്യം തേടിപ്പോകുന്ന പ്രവാസികളാണ് വിമാനം നിറയെ.

ആഘോഷവേളകൾ പ്രവാസിയുടെ നെഞ്ചകം എന്നും കലുഷിത മാക്കുന്നു. ജീവിതം തേടി നാടുവിടുമ്പോൾ നഷ്ടപ്പെടുന്ന വലിയ വലിയ സന്തോഷങ്ങളാണിത്. ദൂരെ പ്രിയപ്പെട്ടവരിൽനിന്ന് അകന്ന് ഒറ്റപ്പെട്ടു കഴിയുമ്പോൾ അവന് ആഘോഷമില്ല. ആഘോഷത്തിന്റെ ആഹ്ലാദമില്ല. നാട്ടിലെ വേലയും പൂരവും അവന്റെ നോവുകൾക്ക് ആക്കം കൂട്ടുന്നു. ഉത്സവപ്പറമ്പും നേർച്ചപ്പറമ്പും അവന്റെ ഗൃഹാതുരത്വത്തിന്റെ മുറിവുകളി ലാണ് പെരുമ്പറ കൊട്ടുന്നത്.

വിമാനത്തിൽ തൊട്ടടുത്ത്, കാസർഗോഡുകാരൻ അബ്ദുല്ലക്കുഞ്ഞി
യായിരുന്നു. പത്തൊമ്പത് വർഷമായി പ്രവാസ രാജ്യത്ത് കഴിയുന്ന
അദ്ദേഹം അവിടെ എത്തിയതിൽ പിന്നെ നാട്ടിലൊരു പെരുന്നാൾ കൂടിയി
ട്ടില്ല. സുന്നത്ത് കഴിഞ്ഞ് മകൻ ആദ്യത്തെ പെരുന്നാൾ നമസ്കരിക്കാൻ
പള്ളിയിൽ പോകുന്നത് കാണാൻ സാധിക്കാത്തതിന്റെ വേദന ആ
മനസ്സിലുണ്ട്. പുത്തനുടുപ്പും കുഞ്ഞുറുമാലുമായി അത്തർ പൂശി മകൻ
പള്ളിയിലേക്ക് പോകുന്നത് സങ്കല്പിച്ച് ആ പെരുന്നാളിന് അയാൾ
എയർ കണ്ടീഷന്റെ ഹുങ്കാരമുള്ള മുറിയിൽ സങ്കടപ്പെട്ടു കിടന്നു.

ആ മകൻ പെണ്ണു കെട്ടി. പേരക്കുട്ടിക്ക് ഒരു വയസ്സ്. പെൺമക്കളുടെ
മക്കൾ വേറെ. മക്കളും പേരക്കുട്ടികളുമൊക്കെയായി പെരുന്നാൾ കൂട
ണം. പത്തൊമ്പത് വർഷത്തിനുശേഷം പ്രിയപ്പെട്ടവർക്കൊപ്പം സ്വന്തം
മണ്ണിലൊരു പെരുന്നാൾ. ഇക്കുറിയാണ് പെരുന്നാളെന്നും ഇതിലും
വലിയൊരു വല്യപെരുന്നാളിനി വരാനില്ലെന്നും അബ്ദുല്ലക്കുഞ്ഞി പറഞ്ഞ
പ്പോൾ അയാളുടെ കണ്ണുകളിൽ ശവ്വാലമ്പിളി നേരത്തെ പൂത്തിറങ്ങിയ
പോലെ തോന്നി.

മുഹമ്മദും അബ്ദുറഹമാനും വർഷങ്ങളുടെ പ്രവസത്തിനിടെ, നാട്ടി
ലൊരു പെരുന്നാൾ കൂടാൻ ചെന്നപ്പോഴേക്കും മക്കളൊക്കെ വലുതാ
യിപ്പോയിരുന്നു. പള്ളിയിലേക്ക് പുറപ്പെടുമ്പോൾ പെരുന്നാൾ മണക്കുന്ന
വിരൽത്തുമ്പിൽ പിടിക്കാൻ പേരക്കുട്ടികളേ ഉണ്ടായിരുന്നുള്ളൂ.
മക്കൾക്കും തനിക്കും നഷ്ടമായതെന്തെന്ന് രണ്ടുപേരും തിരിച്ചറിയുന്നത്
അപ്പോഴാണ്. ഇക്കഥകൾ പറഞ്ഞു കൊണ്ടിരിക്കുമ്പോഴാണ് ജമാലുദ്ദീൻ
പറഞ്ഞത്, അടുത്ത പെരുന്നാളിന് ഞാനും പോകും നാട്ടിൽ. അവധി
പെരുന്നാളിനോട് ചേർത്ത് എടുക്കാൻ നോക്കണം.

ജമാലുദ്ദീന്, പക്ഷേ അവധിയും പെരുന്നാളും ഒത്തു വന്നില്ല.
പിന്നെയും പെരുന്നാളുകൾ കഴിഞ്ഞുപോയി. രണ്ട് വർഷം മുമ്പ് ഒരു
നീണ്ട അവധിക്ക് ജമാൽ നാട്ടിലേക്ക് പോയി. രോഗം. അതിന്റെ ഭീകരത
അപ്പോൾ ജമാലിനറിയില്ലായിരുന്നു. അതുതന്നെ, അർബ്ബുദമെന്ന മഹാ
രോഗം. പോകുമ്പോൾ ജമാൽ പറഞ്ഞു, ഇക്കുറി പെരുന്നാളിന് ഞാൻ
നാട്ടിലുണ്ടാകും. നീ വരുന്നുണ്ടെങ്കിൽ തീർച്ചയായും വീട്ടിലേക്ക് വരണം.
ഞാൻ വാക്കു കൊടുത്തു.

പെരുന്നാളിന് മുമ്പേ ഞാൻ പ്രവാസ ജീവിതം മതിയാക്കി
നാട്ടിലെത്തിയിരുന്നു. ഞാനും ജലീലും കമ്മുക്കുട്ടി ഹാജിയും കൂടിയാണ്
ജമാലിന്റെ വീട്ടിലേക്ക് പോയത്. അവിടെ ജമാലുണ്ടായിരുന്നില്ല. പെരു
ന്നാളും. മഹാരോഗം അയാളെ വലിയ ആഘോഷങ്ങളുടെ സ്വർഗ്ഗപ്പൂങ്കാവ
നത്തിലേക്ക് കൂട്ടിക്കൊണ്ടുപോയിരുന്നു. അവന്റെ ഉമ്മയുടെയും
ഭാര്യയുടെയും തൊണ്ടിയൽ വാക്കുകളുമില്ലായിരുന്നു, ഞങ്ങളെ വരവേൽ

ക്കാൻ. വീട്ടുകാരുടെയും വിരുന്നുകാരുടെയും കണ്ണുകളിലെ കണ്ണുനീർ തുള്ളികൾ മാത്രം പരസ്പരം സംസാരിച്ചു. ജമാലിന് മക്കളോടൊപ്പം പെരുന്നാൾ കൂടാൻ സാധിച്ചില്ല. ജമാലിനൊപ്പം കൂടാൻ എനിക്കും.

അവന്റെ മകൻ ഞങ്ങളെ, പള്ളിപ്പറമ്പിലേക്ക് വഴികാട്ടി. ജമാലിന്റെ ഖബറിടത്തിൽ പച്ചമണ്ണ് ഉണങ്ങിത്തുടങ്ങിയിരുന്നു. കമ്മുക്കുട്ടി ഹാജിയുടെ പ്രാർത്ഥനാ വചനങ്ങൾക്ക് ഞാനും ജലീലും ആമീൻ പറഞ്ഞു കൊണ്ടിരുന്നു.

ഖബറിടത്തിലേക്കുള്ള പെരുന്നാൾ യാത്രകൾ മുമ്പും എന്റെ കാലു കളിൽ കൂർത്ത മുള്ളുകൾ കുത്തിക്കയറ്റിയിട്ടുണ്ട്. ആ നോവിൽ ഒരുപാട് വട്ടം പിടഞ്ഞു നിന്നിട്ടുണ്ട്. അഞ്ചാം ക്ലാസിൽ പഠിക്കുമ്പോഴായിരുന്നു ആദ്യം. യതീംഖാനയിൽ നിന്ന് അവധിക്കു വന്നപ്പോൾ ഒരിക്കൽ വെല്യാ യിച്ചി (ബാപ്പയുടെ ബാപ്പ) വീട്ടിലുണ്ടായിരുന്നില്ല. അക്കൊല്ലം പെരുന്നാളിന് ഉമ്മയും അമ്മായിമാരും അമ്മായിയുടെ മകൾ കുഞ്ഞാളും മൈലാഞ്ചിയിട്ടില്ല. മൈലാഞ്ചിയിടുന്നില്ലേ എന്ന് ചോദിച്ചപ്പോൾ കുഞ്ഞാൾ പറഞ്ഞു, വെല്യായിച്ചി മരിച്ചതുകൊണ്ട് ഇക്കൊല്ലം നമുക്ക് പെരുന്നാളില്ലെന്ന്. നേരാണ്. വെല്യായിച്ചിയില്ലാതെ എന്തു പെരുന്നാൾ? അല്ലെങ്കിൽ പെരുന്നാൾ തലേന്ന് എന്ത് ജോറായിരുന്നു. പല പറമ്പുകൾ കയറിയിറങ്ങി മൈലാഞ്ചിക്കൊമ്പൊടിച്ച് അരച്ച് വെളഞ്ഞി (ചക്കപ്പശ) കൊണ്ട് പുള്ളി കുത്തി പെണ്ണുങ്ങളൊക്കെ മൈലാഞ്ചിയുടെ ചോപ്പിലേക്ക് പൂക്കും. ചെറിയ ആൺകുട്ടികൾക്കും ഇട്ടു കൊടക്കും. അങ്ങനെ ചുടുള്ള വെളഞ്ഞിയുടെ പുള്ളികൊണ്ട് എത്രയോ വട്ടം ഉള്ളം കൈ പൊള്ളിയിട്ടു ണ്ട്. നേരം വെളുക്കുമ്പോൾ ചിലപ്പോൾ കിടന്ന പായയിലും ഉടുത്ത തുണിയിലുമൊക്കെ മൈലാഞ്ചിച്ചോപ്പ് പരന്നിട്ടുണ്ടാകും. അക്കൊല്ലം അതൊന്നുമുണ്ടായില്ല. ആ പെരുന്നാളിനാണ് ആദ്യമായി ഞാൻ ഖബറിടത്തിലേക്ക് യാത്ര പോയത്. ബാപ്പക്കും എളാപ്പമാർക്കും ഒപ്പം. അന്ന് വെല്യായിച്ചിയെ ഖബറിൽ വിട്ട്, പെരുന്നാളില്ലാത്ത വീട്ടിലേക്ക് മടങ്ങിപ്പോരുമ്പോൾ മനസ്സിലുണ്ടായ സങ്കടം ഇന്നും മാറിയിട്ടില്ല.

ഒമ്പതാം ക്ലാസിൽ പഠിയ്ക്കുമ്പോഴാണ് അനിയത്തി മരിച്ചു പോയത്. അന്നും യതീം ഖാനയിലായിരുന്നു. എന്താണ് സംഭവിച്ചതെന്ന് അറിയിക്കാതെ പത്താം ക്ലാസിൽ പഠിക്കുന്ന കൂട്ടുകാരൻ ഇസ്ഹാഖ് എന്നെ വീട്ടിൽ എത്തിച്ചു. ആ രാത്രിയുടെ ഞെട്ടൽ ഇപ്പോഴും മാറിയിട്ടില്ല. കോഴിക്കോട്ടുനിന്ന് ആനക്കാംപൊയിലിലേക്ക് പോകുന്ന അവസാനത്തെ കെ എസ് ആർ ടി സി ബസിൽ മണാശ്ശേരിയിൽ വന്ന് ബസിറങ്ങി. പാതി രാത്രി വിജനമായ റോഡിലൂടെ വീട്ടിലേക്ക് നടക്കുമ്പോൾ എന്റെ കൈ യിൽ മുറുകെ പിടിച്ച് ഇസ്ഹാഖ് പറഞ്ഞു, "വീട്ടിൽ എന്തു സംഭവിച്ചാലും ബേജാറാകരുത്. നമ്മൾ പിടിച്ചു നില്ക്കണം." എനിക്കൊന്നും മനസ്സി

ലായില്ല. വീട്ടിൽ എന്തു സംഭവിക്കാനാണ്? ദൂരെ നിന്നേ വീട്ടിൽ കത്തുന്ന റാന്തലിന്റെ വെളിച്ചം കാണാം. എന്താണ് ആരും ഉറങ്ങാത്തതെന്നേ ഞാൻ ചിന്തിച്ചുള്ളൂ. വീട്ടിൽ ആരൊക്കെയോ ഉണ്ടായിരുന്നു. എന്തോ സംഭവിച്ചിട്ടുണ്ട്. ഉമ്മയും ബാപ്പയുമില്ലാത്ത കുട്ടികളുടെ ഇടയിൽ നിന്ന് വരുന്നതുകൊണ്ട് പെട്ടെന്ന് ഞാനോർത്തു, പടച്ചോനേ ആരെങ്കിലും മരിച്ചിട്ടുണ്ടാകുമോ? ബാപ്പക്ക് പണ്ട് ഹൃദ്രോഗമുണ്ടായിരുന്നതായി കേട്ടിട്ടു ണ്ട്. ബാപ്പ ചായയും ബീഡിയും ഉപേക്ഷിച്ചത് അന്നു മുതലാണത്രെ.

കോലായിലേക്ക് കയറിയപ്പോൾ കട്ടിലിൽ ബാപ്പ ഇരിക്കുന്നുണ്ട്. പടച്ചോനെ ഉമ്മാക്ക് എന്തെങ്കിലും? ഇല്ല, അകത്ത് നിന്ന് ന്റെ മോള്‍.... എന്ന് പറഞ്ഞു കരയുന്നത് ഉമ്മയാണ്. പെട്ടെന്ന് ബാപ്പ കട്ടിലിൽ നിന്നെഴുന്നേറ്റ് ഒരു പൊട്ടിക്കരച്ചിലായിരുന്നു, "നമ്മുടെ മോളി പോയെടാ..."

ഇസ്ഹാഖ് പറഞ്ഞപോലെ ബേജാറാകാതിരിക്കാനും പിടിച്ചു നില്‍ക്കാനും എനിക്ക് സാധിച്ചില്ല. കഴിഞ്ഞ അവധിക്കു പോകുമ്പോൾ എത്ര ഉമ്മകളാണ് അവൾ എനിക്കു തന്നത്. അത് ഓർത്തപ്പോൾ ഞാൻ വല്ലാതെ ബേജാറായി. പിടിവിട്ടു പോയി.

ഞാൻ ജുനൈദ എന്ന് പേരിട്ട കുട്ടിയായിരുന്നു അവൾ. എന്റെ ക്ലാസിലുണ്ടായിരുന്ന ഏറ്റവും സുന്ദരിയായ ഒരു പെൺകുട്ടിയുടെ പേരായിരുന്നു അത്. മോളി എന്നായിരുന്നു ഒന്നര വയസ്സുള്ള അവളെ ഞങ്ങൾ ഓമനിച്ച് വിളിച്ചിരുന്നത്. മോളി ഞങ്ങളെ വിട്ടുപോയ അക്കൊല്ലവും ഞങ്ങൾക്ക് പെരുന്നാളുണ്ടായിരുന്നില്ല.

ആ മരണത്തിലേക്ക് എന്നെ കൊണ്ടുവന്ന ഇസ്ഹാഖും എനിക്കൊ രു പെരുന്നാൾ ഇല്ലാതാക്കി പെട്ടെന്നൊരു ദിവസം സ്വർഗ്ഗത്തിലേക്ക് പോയ്ക്കളഞ്ഞു. അന്നും ഞാൻ ബേജാറായി. എല്ലാ പിടിയും വിട്ടു പോയി. ഒരപകടം അവനെ കൊണ്ടുപോയ വർഷം അവന്റെ മക്കൾക്കും വീട്ടുകാർക്കുമൊപ്പം ഞാനും പെരുന്നാളില്ലാത്തവനായി. അപ്പോഴേക്കും പ്രവാസ ഭൂമിയിലെത്തിയിരുന്നതിനാൽ ആഘോഷ ശൂന്യമായ ആ പെരുന്നാളിന്റെ ദുഃഖത്തിലും ഞാൻ തനിച്ചായി.

ഓർമ്മയിലെ ആദ്യത്തെ പെരുന്നാൾ കുപ്പായം വാങ്ങിത്തന്നത് ബാപ്പയല്ല. ബാബുക്കാക്കയാണ്. ഉമ്മയുടെ ആങ്ങള. ബിസ്കറ്റ് കളറിൽ ബിസ്കറ്റിന്റെ ചിത്രമുള്ള ആ കുപ്പായം ഇപ്പോഴും ഒരു പെരുന്നാളിന്റെ ആനന്ദം പോലെ മനസ്സിലുണ്ട്. ബാബുക്കാക്കയെയും ഒരപകടം ഞങ്ങ ളിൽ നിന്ന് പറിച്ചു കൊണ്ടുപോയി. അദ്ദേഹം പോയ കൊല്ലം ആ ഖബറിട ത്തിലേക്കായിരുന്നു എന്റെ പെരുന്നാൾ യാത്ര. ഞാൻ ജോലിയിൽ പ്രവേ ശിച്ച ഉടനെയായിരുന്നു അദ്ദേഹത്തിന്റെ മരണം. ഒരു പെരുന്നാളിന് ബാബുക്കാക്കക്ക് ഒരു കുപ്പായം വാങ്ങിക്കൊടുക്കണമെന്ന എന്റെ മോഹം കൂടിയാണ് വെറുതെയായത്. ഖബറിടത്തിൽ വെല്ല്യാപ്പക്കും അമ്മാവന്മാർ

ക്കുമൊപ്പം പ്രാർത്ഥനയോടെ നില്ക്കുമ്പോൾ എന്റെ കണ്ണും മനസ്സും ആ പെരുന്നാളിന്റെ വലിയ കയ്പിൽ കരഞ്ഞു കൊണ്ടിരുന്നു. ഇപ്പോഴും ആ ഖബറിടത്തിലേക്ക് നോക്കാൻ പേടിയാണ്. കാരണം അത്രയും സ്നേഹമയനായ വേറൊരാൾ പിന്നെ ജീവിതത്തിലുണ്ടായിട്ടില്ല.

പിന്നീട്, വെല്യാപ്പയുടെ, വെല്യുമ്മമാരുടെയൊക്കെ ഖബറിടങ്ങളിലേക്ക് ഇതുപോലെ പെരുന്നാളില്ലാതെ വേദനയോടെ യാത്ര പോയി. ആഘോഷങ്ങൾ മരിച്ചു പോയ പ്രിയപ്പെട്ടവരുടെ ഓർമ്മകളിലേക്കുള്ള യാത്ര കൂടിയാകുന്നു.

മരിച്ചു പോകണമല്ലോ എന്ന് ഓർക്കുമ്പോൾ എനിക്കുള്ള ഭയം അതു തന്നെയാണ്. എന്റെ കുട്ടികൾക്ക് ഒരു പെരുന്നാളെങ്കിലും അതു കൊണ്ട് നഷ്ടപ്പെട്ടു പോകുമല്ലോ!

ആ കവിതകളിൽ കണ്ണീരൊലിക്കുന്നുവോ?

മെറീന ഇപ്പോൾ എവിടെയായിരിക്കും?

സുനാമി അവശരാക്കിയ അച്ഛനെയും അമ്മയെയും കാണാൻ അവൾ ശ്രീലങ്കയിലെ തന്റെ കടലോര ഗ്രാമത്തിലെത്തിയിട്ടുണ്ടാകുമോ? അതോ രേഖകളൊന്നുമില്ലാതെ മണലാരണ്യത്തിലെ ഏതോ കെണി യിൽ തന്നെ ഇപ്പോഴും ജീവിതം ജീവിച്ചു തീർക്കുകയാകുമോ? സ്നേ ഹത്തെക്കുറിച്ചും തന്റെ സ്വപ്നങ്ങളെക്കുറിച്ചും ജീവിതത്തെക്കുറിച്ചും എവൾ എഴുതിത്തന്നെ കവിതകൾ അവളുടെ കൈയക്ഷരത്തിൽ തന്നെ ഞാനിപ്പോഴും സൂക്ഷിച്ചു വെച്ചിരിക്കുന്നു.

കഥകളും കവിതകളും ഇഷ്ടപ്പെട്ടിരുന്ന മെറീന പഠിക്കാൻ മിടു ക്കിയായിരുന്നു. സയൻസ് വിഷയങ്ങളിൽ നല്ല മാർക്ക് കിട്ടിയിരുന്ന അവൾക്ക് ഡോക്ടറാകാനായിരുന്നു മോഹം. ദാരിദ്ര്യം പക്ഷേ, അവളുടെ മോഹത്തിന്റെ വഴികൾ കൊട്ടിയടച്ചു. കൊച്ചു കൂരയിൽ കഴിയുന്ന ദരിദ്ര രായ മാതാപിതാക്കളെയും സഹോദരങ്ങളെയും പട്ടിണിയിൽ നിന്ന് രക്ഷി ക്കാൻ അവൾ ഒരു ദിവസം കടൽ കടന്നു സൗദി അറേബ്യയിലെ തായി ഫിലെത്തി.

സ്പോൺസറുടെ ഭാര്യ മാനസിക തകരാറുള്ള സ്ത്രീയായിരുന്നു വത്രേ. ചെന്ന ദിവസം തന്നെ ഫ്രിഡ്ജിൽ നിന്ന് അല്പം വെള്ളമെടുത്തു കുടിച്ച കുറ്റത്തിന് ഫ്രൈ പാൻ എടുത്ത് ആ സ്ത്രീ മെറീനയുടെ തല യ്ക്കടിച്ചു. പിന്നെ തൊട്ടതിനും പിടിച്ചതിനുമൊക്കെ മർദ്ദനം. സ്പോൺ സർ ഇതൊന്നും അറിഞ്ഞ ഭാവം നടിച്ചില്ല. സുലൈമാനിയിൽ മധുരം കുറഞ്ഞാലും ചായപ്പൊടി കൂടിയാലും അയാളും ഉപദ്രവിക്കും. അല്ലെ ങ്കിൽ കടുത്ത ഭാഷയിൽ ചീത്ത പറയും. ഭാഷ ഒരു വിധം പഠിച്ചു വന്ന

പ്പോഴാണ് വീട്ടിലുള്ളവരെപ്പോലും വൃത്തികെട്ട രീതിയിൽ അവർ തെറി പറയുകയാണെന്ന് മനസ്സിലായത്. അധികം അവിടെ നില്ക്കാൻ മെറീ നക്ക് സാധിച്ചില്ല. തൊട്ടടുത്ത ഗല്ലിയിൽ ബഖാല നടത്തുന്ന മലയാളി യുടെ സഹായത്തോടെ അവൾ ആ വീട്ടിൽ നിന്ന് ചാടിപ്പോയി.

ജിദ്ദയിൽ എന്റെ സുഹൃത്തിന്റെ വീട്ടിലാണ് മെറീനയെ ഞാൻ കാണുന്നത്. അവന്റെ ഭാര്യ നഴ്സാണ്. അഞ്ച് വയസ്സിൽ താഴെയുള്ള മൂന്ന് കുട്ടികളാണ് അവർക്ക്. കുഞ്ഞുങ്ങളെ നോക്കാനും വീട്ടുകാര്യങ്ങ ളിൽ സഹായിക്കാനും ഒരു ജോലിക്കാരിയെ അന്വേഷിച്ചു നടക്കുന്നതി നിടയിലാണ് ഏതോ ഏജന്റ് മുഖേന മെറീന അവിടെ എത്തുന്നത്. തായിഫിൽ നിന്ന് ചാടിപ്പോന്ന മെറീന അപ്പോഴേക്കും ഇത്തരം വേല ക്കാരികളെ കൈകാര്യം ചെയ്യുന്ന റാക്കറ്റിൽ വന്നുപെട്ടിരുന്നു.

അത് അങ്ങനെയാണ്. സൗദിയിൽ പ്രതിവർഷം 7000 വേലക്കാരി കൾ ഒളിച്ചോടുന്നുവെന്നാണ് രണ്ട് വർഷം മുമ്പുവരെയുള്ള കണക്ക്. അപൂർവ്വം ചിലർ അതാത് എംബസികൾ വഴി സ്വന്തം നാടുകളിലേക്ക് മടങ്ങും. ബാക്കിയുള്ളവർ മിക്കവാറും ഏതെങ്കിലും റാക്കറ്റുകളിൽ ചെന്നു പെടും. ഒളിച്ചോടുന്ന വേലക്കാരികളെ ഒപ്പം പാർപ്പിച്ച് ലൈംഗിക വ്യാപാരം നടത്തുന്നവരിൽ മലയാളികളുമുണ്ട്. ഇവർ ചിലപ്പോൾ ആവശ്യമുള്ള വീടുകളിൽ കമ്മീഷൻ വ്യവസ്ഥയിൽ വേലക്കാരികളെ എത്തിച്ചു കൊടു ക്കും. വാരാന്ത അവധി ദിവസങ്ങളിൽ തങ്ങളുടെ അടുത്തുതന്നെ വര ണമെന്ന വ്യവസ്ഥയിലായിരിക്കും ഇത്. അപ്പോൾ ആഴ്ച മുഴുവൻ ഒപ്പം താമസിപ്പിക്കേണ്ട റിസ്കുമില്ല. വാരാന്ത അവധി ദിനങ്ങളിൽ ഇവരെ വെച്ച് വാണിഭം നടത്തും. അനാശാസ്യ കേന്ദ്രങ്ങളിലെ റെയ്ഡുകളിൽ പിടിയിലാകുന്ന പെണ്ണുങ്ങൾ ഇങ്ങനെ അറിയാതെ എത്തിപ്പെടുന്ന പാവ ങ്ങളാണ്.

അത്തരം ഏതോ റാക്കറ്റ് വഴിയാണ് മെറീന എന്റെ സുഹൃത്തിന്റെ വീട്ടിൽ എത്തിയത്. അവളുടെ വലിയ കണ്ണുകളിൽ എപ്പോഴും ഒരു വിഷാദം നിഴലിട്ടു നിന്നിരുന്നു. നന്നായി പാചകം ചെയ്യാൻ അറിയാം. എന്റെ സുഹൃത്തിന്റെ മക്കളെ അവൾ നല്ല രീതിയിൽ പരിചരിച്ചു. അവിടെ അവൾ സന്തുഷ്ടയായിരുന്നു. സുഹൃത്തിനും ഭാര്യക്കും മക്കൾക്കും അവളേയും നന്നായി ഇഷ്ടപ്പെട്ടു.

ഇടക്കിടക്ക് അവൾക്ക് കടുത്ത തലവേദന വരും. സ്പോൺസറുടെ ഭാര്യ ഫ്രൈ പാൻ കൊണ്ട് അടിച്ചതിന്റെ ബാക്കിയാണ് അത്. അന്നേരം അവൾ കണ്ണീരൊഴുക്കി ഒരു മൂലയിൽ ഇരിക്കും. അവളെ ആശുപത്രി യിൽ കൊണ്ടു പോകാൻ പറ്റില്ല. കാരണം അവൾക്ക് പാസ്പോർട്ടോ ഇഖാമ (താമസ രേഖ)യോ ഇല്ല. അത്തരക്കാരെ ആശുപത്രിയിൽ കാണി ക്കാൻ പറ്റില്ല. സുഹൃത്തിന്റെ ഭാര്യ അവൾ ജോലി ചെയ്യുന്ന ആശുപ ത്രിയിൽ നിന്ന് മരുന്നു വാങ്ങി കൊണ്ടുവരും.

പത്രപ്രവർത്തകനാണെന്ന് അറിഞ്ഞപ്പോൾ ഒരു ദിവസം മെറീന എന്നോട് പറഞ്ഞു.

"ഞാനും പത്രത്തിലൊക്കെ എഴുതാറുണ്ടായിരുന്നു."

എനിക്ക് അത് അൽഭുതമായി. അപ്പോഴാണ് അവൾ കവിതയെഴുതുമെന്ന് അറിയുന്നത്. ഒരു നോട്ട് ബുക്കിൽ കുറിച്ചു വെച്ചിരുന്ന ആറ് കവിതകൾ അവൾ എനിക്ക് ഒരു കടലാസിലേക്ക് പകർത്തിത്തന്നു. തമിഴറിയുന്ന ഒരു സഹൃത്ത് എനിക്ക് അത് വായിച്ചുതന്നു. അതിൽ സ്നേഹവും പ്രണയവും സ്വപ്നങ്ങളും ജീവിത മോഹങ്ങളുമുണ്ടായിരുന്നു.

അക്കൊല്ലമാണ് ദക്ഷിണേഷ്യയിലാകെ സുനാമി ദുരന്തം വിതച്ചത്. വാർത്തകൾ അവളെ വല്ലാതെ അസ്വസ്ഥയാക്കിയിരുന്നു. വീട് കടലെടുത്തെങ്കിലും വീട്ടുകാർ സുരക്ഷിതരാണെന്ന് അറിഞ്ഞപ്പോൾ അവൾ ആശ്വസിച്ചു. വന്നുപെട്ട നാട്ടിൽ താൻ അകപ്പെട്ട ദുരന്തം അവൾ അച്ഛനേയും അമ്മയേയും അറിയിച്ചിരുന്നില്ല. സുനാമി തീരങ്ങളിൽ വിതച്ച ഏതോ രോഗം പക്ഷേ, അവളുടെ അച്ഛനേയും അമ്മയേയും തളർത്തിയിരുന്നു. എത്രയും പെട്ടെന്ന് നാട്ടിലേക്ക് പോകണമെന്നായി അവളുടെ ചിന്ത. സുഹൃത്ത് ഏജന്റിനെ വിളിച്ച് വിവരം പറഞ്ഞു. ഒരു ദിവസം ഏജന്റ് വന്നു അവളെ കൂട്ടിക്കൊണ്ടുപോയി.

സുന്ദരിയായ അവളെ അത്ര പെട്ടെന്ന് നാട്ടിലേക്ക് അയയ്ക്കാൻ താല്പര്യമുണ്ടാകില്ല. അവളെ വെച്ച് ഒരുപാട് കാശ് അയാൾക്ക് സമ്പാദിക്കാൻ കഴിയും. പാസ്പോർട്ടിന്റേയും യാത്രാ രേഖകളുടേയും കാര്യം പറഞ്ഞ് ഏതോ ഫ്ലാറ്റിനകത്ത് അവളെ എത്ര കാലം വേണമെങ്കിലും അടച്ചിടാം. രോഗികളായ അച്ഛനേയും അമ്മയേയും കാണാൻ അവൾ ചെന്നു കാണുമോ? പിന്നീട് മെറീനയെ കുറിച്ച് എനിക്ക് ഒന്നുമറിയില്ല. അവളെഴുതിയ കവിതകൾ എന്റെ കടലാസു കെട്ടുകൾക്കിടയിൽ നിന്ന് ഇപ്പോഴും എന്നെ നോക്കി കരയുന്ന പോലെ തോന്നും. അവളെ നേരിട്ട് ശ്രീലങ്കൻ എംബസിയിൽ എത്തിക്കാൻ ഞാൻ ഒന്നും ചെയ്തില്ലല്ലോ.

സൗദിയിലെ പത്ത് വർഷത്തെ പത്രപ്രവർത്തന ജീവിതത്തിൽ ഇത്തരം അനവധി സ്ത്രീകളെ പലപ്പോഴായി കണ്ടുമുട്ടിയിട്ടുണ്ട്. പീഡനം സഹിക്കാതെ സ്പോൺസറെ വീട്ട് ഓടിപ്പോന്ന് ഏതെങ്കിലും റാക്കറ്റിൽ കുടുങ്ങി, ഒടുവിൽ നാട്ടിലേക്ക് പോകാൻ നേരത്ത് ഇവർ പത്ര ഓഫീസുകളിലേക്ക് വിളിക്കും. അവരെ എംബസിയും കോൺസുലേറ്റും വഴി നാട്ടിലേക്ക് പറഞ്ഞു വിടാൻ പിന്നീട് സാമൂഹിക പ്രവർത്തകർ ഇടപെടും.

ഏത് നാട്ടിൽ നിന്നായാലും വീട്ടുവേലക്കാരികളായി ഗൾഫ് നാടുകളിലെത്തുന്ന സ്ത്രീകളുടെ ജീവിതം പലപ്പോഴും ദുരിതമാണ്. ഞാൻ ജോലി ചെയ്യുന്ന നഗരത്തിൽ മലയാളികൾ തിങ്ങിപ്പാർക്കുന്ന പ്രാന്തത്തിലെ മാലിന്യപ്പെട്ടിയിൽ നിന്ന് മൂന്ന് വർഷം മുമ്പ് ഒരു പെണ്ണിന്റെ ജഡം കിട്ടി. പല കഷ്ണങ്ങളായി വെട്ടിമുറിച്ച ആ ജഡം ഒരു കാർട്ട

ണിൽ കെട്ടിവെച്ചിരിക്കുകയായിരുന്നു. സൗദി അറേബ്യയിലേക്ക് ഏറ്റവും കൂടുതൽ വേലക്കാരികെള്ള കയറ്റി അയയ്ക്കുന്ന ഇന്തോനേഷ്യയിൽ നിന്ന്, ജീവിതം തെരഞ്ഞു വന്ന ആ പാവം പെണ്ണിനെ അരുംകൊല ചെയ്ത കഷ്മലന്മാരെ അടുത്ത ദിവസം തന്നെ പൊലീസ് അറസ്റ്റ് ചെയ്തു.

സ്പോൺസറുടെ വീട്ടിൽ നിന്ന് ഒളിച്ചോടി വന്ന ആ പെണ്ണിനെ ബംഗ്ലാദേശ് സ്വദേശികളായ പ്രതികൾ തങ്ങളോടൊപ്പം പാർപ്പിച്ചിരിക്കു കയായിരുന്നു. ഒരുപാട് പുരുഷന്മാർ ഒന്നിച്ച് കീഴ്പ്പെടുത്തിയ ഒരു ദിവസം അവൾക്ക് രക്തസ്രാവമുണ്ടായി. യാതൊരു രേഖയുമില്ലാതെ തങ്ങുന്ന പെണ്ണിനെ ആശുപത്രിയിൽ കൊണ്ടുപോകാൻ ഒരു മാർഗ്ഗവുമില്ല. അതും രക്തബന്ധമില്ലാത്ത പുരുഷന്മാർ. രക്തസ്രാവം മൂർഛിച്ച് അവശയായ പെണ്ണിനെ പ്രതികൾ കഴുത്തറുത്തു കൊന്നു. എന്നിട്ട് മൃതദേഹം പല കഷ്ണങ്ങളായി വെട്ടി നുറുക്കി കാർട്ടണിലാക്കി മാലിന്യപ്പെട്ടിയിൽ നിക്ഷേപിക്കുകയായിരുന്നു. ഈ കേസിലെ പ്രതികൾ ഇപ്പോൾ ജയിലി ലാണ്. ഇന്തോനേഷ്യൻ യുവതിയുടെ ബന്ധുക്കൾ മാപ്പ് കൊടുത്തില്ലെ ങ്കിൽ ഇവർക്ക് വധശിക്ഷ തീർച്ച.

നേപ്പാളിയായ ദുർഗ്ഗാലക്ഷ്മിയുടേതാണ് മറ്റൊരു കഥ. നേപ്പാളി യായ ആ പെണ്ണിന്റെ മരണത്തെ തുടർന്ന് ജയിലിലായത് സ്പോൺസറെ വിട്ട് ഓടിപ്പോന്ന അവർക്ക് അഭയം നല്കിയ മലയാളി ദമ്പതികളാണ്. ഇന്ത്യൻ നയതന്ത്ര കാര്യാലയവും വിദേശകാര്യ സഹമന്ത്രി ഇ അഹ മ്മദും പ്രവാസികാര്യമന്ത്രി വയലാർ രവിയും സംസ്ഥാന നേതാക്കളു മൊക്കെ അവരുടെ മോചനത്തിനായി ഉന്നതങ്ങളിൽ ഇടപെട്ടു. അവർ ഏതാനും ആഴ്ച മുമ്പ് ജയിൽ മോചിതരായി നാട്ടിലേക്ക് മടങ്ങി.

ദുർഗ്ഗാലക്ഷ്മിയും ഒരു പ്രവാസിയായിരുന്നു. അവർ പുറപ്പെട്ടത് നേപ്പാളിൽ നിന്നായിരുന്നുവെന്നതുകൊണ്ട്, അവരുടെ മരണം നമ്മെ ബാധിച്ചില്ല. സ്പോൺസറുടെ വീട്ടിലെ ജീവിതം സഹിക്കാൻ പറ്റാതെയാ യപ്പോഴാകും പ്രവാസ നഗരത്തിന്റെ വിഹ്വലതകളിലേക്ക് ഒരു നാൾ ആ വീട് വിട്ട് അവർ ഇറങ്ങിപ്പോന്നത്. ഏതൊക്കെയോ വീടുകൾ കയറിയി റങ്ങി അവർ മലയാളി ദമ്പതികളുടെ വീട്ടിൽ എത്തിച്ചേർന്നു. അവിടെ വേലക്കാരിയായി. ഒരു സുപ്രഭാതത്തിൽ അവർ ആ വീടും ഉപേക്ഷിച്ചു പുറപ്പെട്ടു. പിന്നീട് തെരുവിൽ മരിച്ചു കിടക്കുന്ന ദുർഗ്ഗയുടെ അനാഥ പ്രേതമാണ് പൊലീസ് കണ്ടെത്തിയത്.

ഒളിച്ചോടിയ വേലക്കാരികൾക്ക് അഭയം കൊടുക്കുന്നത് ഗൾഫു നാടുകളിൽ കുറ്റകൃത്യമാണ്. തടവും പിഴയും ശിക്ഷ കിട്ടാവുന്ന കുറ്റം. ആ നിയമം ലംഘിച്ചാണ് ദമ്പതികൾ ദുർഗ്ഗക്ക് അഭയവും ജോലിയും നല്കിയത്. അതൊരു കുറ്റം. രണ്ടാമത്തെ കുറ്റം, അവരുടെ വീട്ടിൽ ജോലി ചെയ്യുന്നതിനിടെ കാണാതായ പെണ്ണാണ് മൂന്നാംപക്കം മരിച്ച നിലയിൽ കാണപ്പെട്ടത്. മരിച്ച പെണ്ണിന്റെ കുടുംബത്തിന് നഷ്ടപരിഹാരം നല്കി ദമ്പതികൾ രക്ഷപ്പെട്ടു. ദമ്പതികളുടെ നിരപരാധിത്വം ബോധ്യമായതു

കൊണ്ടാകാം, കോടതി തന്നെ മുൻകൈയെടുത്താണ് അന്ന് ഒത്തു
തീർപ്പിന് വേദിയൊരുക്കിയത്. ദിയാ മണി നല്കി ദമ്പതികൾ രക്ഷപ്പെട്ടു.

പൂച്ച കടിച്ചു മുറിച്ച മുറിവുകളോടെ ആശുപത്രിയിലെത്തിയ ചോര
ക്കുഞ്ഞിന്റെ കഥ പറഞ്ഞത് ആൻസിയാണ്. നഗരത്തിലെ പ്രമുഖ ആശു
പത്രിയിൽ പീഡിയാട്രിക് വാർഡിൽ നഴ്സാണ് ആലപ്പുഴക്കാരിയായ
ആൻസി. മാലിന്യം നീക്കം ചെയ്യാനെത്തിയ ബംഗ്ലാദേശികളായ ശുചീ
കരണത്തൊഴിലാളികളാണ് നഗരത്തിലെ മാലിന്യപ്പെട്ടിയിൽനിന്ന് പൂച്ച
കൾ കടിച്ചു കീറിയ ചോരക്കുഞ്ഞിനെ രക്ഷിച്ച് ആശുപത്രിയിലെത്തിച്ച
ത്. ചോര വാർന്നൊലിക്കുന്ന ദേഹവുമായി വാർഡിലെത്തിയ കുഞ്ഞ്
ജീവിതത്തിലേക്ക് തിരിച്ചുവന്നു. രേഖകളില്ലാതെ താമസിക്കുന്ന ഏതോ
സ്ത്രീയുടെ കുഞ്ഞാകും അത്. മരണം പോലെ ഇത്തരം ജന്മങ്ങളും
അപൂർവ്വമായെങ്കിലും ഈ നഗരങ്ങളിൽ നടക്കുന്നതായി ആശുപത്രി
പൊലീസ് രേഖകൾ തെളിയിക്കുന്നു. ജീവൻ ബാക്കിയാകുന്ന കുഞ്ഞു
ങ്ങൾ ഏതെങ്കിലും അനാഥാലയത്തിൽ വളരും. ഈ നാടിന്റെ വിശാല
യമായ മനസ്സ് ഇവരേയും പോറ്റി വളർത്തുന്നു.

ഗൾഫ് ഒരു ഭാഗ്യപരീക്ഷണ കേന്ദ്രമാണ്. പലരും സൗഭാഗ്യങ്ങ
ളിൽ തന്നെ വന്നുചേരുന്നു. കേരളം കഞ്ഞി കുടിച്ചു ജീവിക്കുന്നതും മഴ
കൊള്ളാത്ത വീടുകളിൽ അന്തിയുറങ്ങുന്നതും പഠിപ്പും പത്രാസുമുള്ള
വരായി പുതിയ തലമുറ വളർന്നു വരുന്നതും മണലാരണ്യത്തിലെ ഈ
നാടുകളുടെ കാരുണ്യംകൊണ്ടു തന്നെയാണ്. ഈ നാടും നാട്ടുകാരും
ഇവിടുത്തെ നിയമങ്ങളുമെല്ലാം പ്രവാസികളായ മറുനാട്ടുകാരെ സഹാ
യിക്കുകല്ലാതെ, ദ്രോഹിക്കുന്നില്ല. പക്ഷേ, അപൂർവ്വമായി ഭാഗ്യാന്വേഷി
കളിൽ ചിലർ ദുരിതത്തിൽ ചെന്നുപെടുന്നു. സൗദി അറേബ്യയിലെ
ഇന്തോനേഷ്യൻ നയതന്ത്ര കാര്യാലയം ഈയിടെ വ്യക്തമാക്കിയ ഒരു
കണക്ക് ഇത് സൂചിപ്പിക്കുന്നു.

ഇന്തോനേഷ്യയിൽ നിന്ന് ആറ് ലക്ഷത്തിലേറെ വേലക്കാരികൾ
സൗദിയിലുണ്ട്. കഴിഞ്ഞ വർഷം ലൈംഗിക പീഡനവുമായി ബന്ധപ്പെട്ട്
102 വേലക്കാരികളുടെ പരാതികളാണ് ഇന്തോനേഷ്യൻ എംബസിക്ക് ലഭി
ച്ചത്. മറ്റ് തരത്തിലുള്ള ശാരീരിക പീഡനങ്ങളുമായി ബന്ധപ്പെട്ട 156
പരാതികളും ലഭിച്ചു. മൊത്തം വേലക്കാരികളുടെ എണ്ണവുമായി താര
തമ്യം ചെയ്യുമ്പോൾ ഈ പരാതികൾ വളരെ ചെറിയൊരു ശതമാനമേ
വരുന്നുള്ളൂവെന്ന് എംബസി അധികൃതർ ആശ്വസിക്കുന്നു.

ഗൾഫു നാടുകളിൽ ഭാര്യമാർ ജോലിക്ക് പോകുന്ന വീടുകളിലെല്ലാം
(മലയാളികളുടെ) ഇങ്ങനെ, അനേകം വേലക്കാരികൾ പാർക്കുന്നുണ്ട്.
ഏതെങ്കിലും സ്പോൺസറുടെ കീഴിൽ നിന്ന് ശാരീരികവും ലൈംഗി
കവുമായ പീഡനങ്ങൾ സഹിക്കാതെ ഒളിച്ചോടിപ്പോന്നവരാണ്. പുലർച്ചെ
അഞ്ച് മണി വരെ ജോലി ചെയ്യേണ്ടി വരുന്നവർ. വയറ് നിറച്ച് മൂന്നു
നേരം ആഹാരം പോലും കിട്ടാത്തവർ. വാരാന്ത്യ അവധി ദിനമില്ലാത്ത

വർ. കൃത്യമായി ശമ്പളം കിട്ടാത്തവർ. അപ്പോൾ സ്പോൺസറെ വിട്ട് ഓടിപ്പോകുകയല്ലാതെ സാധുക്കളായ ഈ പെണ്ണുങ്ങൾക്ക് വേറെ മാർഗ്ഗ മില്ല. ഇന്തോനേഷ്യൻ എംബസിയിലെ ഉദ്യോഗസ്ഥൻ പറഞ്ഞ പോലെ വളരെ ചെറിയൊരു ശതമാനം അറബികളേ വേലക്കാരികളോട് ഈ ക്രൂരത കാണിക്കാറുള്ളൂ.

ഒന്നാം തീയതി നാട്ടിലേക്ക് പണമയക്കാൻ ബാങ്കിൽ ചെല്ലുമ്പോൾ ഇന്തോനേഷ്യയിലേക്കോ ശ്രീലങ്കയിലേക്കോ ഫിലിപ്പൈൻസിലേക്കോ പണമയക്കാൻ ക്യൂ നില്ക്കുന്ന അറബികളെ കാണാം. വീട്ടിലെ വേല ക്കാരികളുടെ വീടുകളിലേക്ക് പണമയക്കാൻ വരുന്നവരാണ്. കൃത്യമായി എല്ലാ മാസവും ഇങ്ങനെ പരദേശികളായ വേലക്കാരികൾക്ക് ശമ്പളം നല്കുകയോ നാട്ടിലേക്ക് അയച്ചു കൊടുക്കുകയോ ചെയ്യുന്നവരാണ് മഹാഭൂരിഭാഗം വരുന്ന അറബികളും. അല്ലെങ്കിൽ വേലക്കാരികളുമായി തന്നെ അവർ ബാങ്കിലെത്തും. പ്രവാസത്തിന്റെ ആദ്യ നാളുകളിൽ ഒരി ക്കൽ ബാങ്കിലെ ക്യൂവിൽ കണ്ട അറബിയോട് ഞാൻ ചോദിച്ചു.

"ലെയ്ശ് അൻത തർസൽ ഫുലൂസ് ഇലാ ഇന്തോനീസ്യാ."

ഇന്തോനേഷ്യയിലേക്ക് പണമയക്കുന്നത് എന്തിനാണെന്നായിരുന്നു ചോദ്യം. ഇന്തോനേഷ്യയിൽ പോയി കല്യാണം കഴിക്കുന്ന അറബി കളെക്കുറിച്ച് കേട്ടിരുന്നു. ഭാര്യക്കോ മക്കൾക്കോ ഉള്ള പണമാണോ എന്നറിയാനാണ് ഞാൻ ചോദിച്ചത്.

"ഹാദാ റാതിബ് ഹഖ ഖദ്ദാമ.." എന്നായിരുന്നു മറുപടി.

ഇത് വീട്ടിലെ വേലക്കാരിയുടെ ശമ്പളമാണ്.

എല്ലാ മാസവും ഇത് കൃത്യമായി അവരുടെ വീട്ടിലെത്തിക്കണം. അവിടെ അവരുടെ ചെലവ് കഴിഞ്ഞു പോകുന്നത് ഇതുകൊണ്ടാണല്ലോ.

മിക്കവാറും അറബികൾ വേലക്കാരികളുമായി ബാങ്കിൽ നേരിട്ടു വരി കയാണ് പതിവ്. ഡ്രാഫ്റ്റിനുള്ള അപേക്ഷ പൂരിപ്പിക്കുമ്പോൾ വിലാസവും മറ്റും തെറ്റിപ്പോകാതിരിക്കാനാണ് അവർ വേലക്കാരികളുമായി നേരിട്ട് ബാങ്കിലെത്തുന്നത്. തൊണ്ണൂറു ശതമാനം അറബികളും വേലക്കാരിക ളുമായി നേരിട്ട് വരികയാണ് പതിവെന്ന് പ്രമുഖ ബാങ്കിൻ ജീവനക്കാര നായ എടവനക്കാട്ടുകാരൻ അബ്ദുറസാഖ് പിന്നീട് പറയുകയുണ്ടായി.

പറഞ്ഞു വന്നത് അതല്ല, ചുരുക്കം ചിലർ മാത്രമേ ദുരിതത്തിലാ കുന്നുള്ളൂവെന്നാണ്. അവരുടെ കഥകൾ അങ്ങേയറ്റം ദയനീയവും അതി ഭയാനകവും തന്നെ.

വയനാട്ടിൽ നിന്ന് ഒരു മദ്ധ്യവയസ്കനും ഭാര്യയും ഹൗസ് ഡ്രൈ വർ, ഹൗസ് മെയ്ഡ് വിസകളിൽ സൗദി അറേബ്യയിലെത്തി. മനസ്സിൽ നിറഞ്ഞുനിന്ന പ്രതീക്ഷകൾ മൂന്ന് മാസം കൊണ്ടു തന്നെ അസ്തമി ച്ചു. രാവും പകലും ജോലി. വിശ്രമമില്ല. ഭക്ഷണമില്ല. അവശരായ ദമ്പ തികൾ സാമൂഹിക പ്രവർത്തകരുടെ സഹായത്തോടെ ഇന്ത്യൻ എംബ സി മുഖേന നാട്ടിലേക്ക് മടങ്ങാൻ വഴി തേടുകയായിരുന്നു.

ആറ് മാസം മുമ്പ് മാത്രം വേലക്കാരിയുടെ വിസയിലെത്തിയ അരീ ക്കോട് ഉഗ്രപുരം സ്വദേശി സുഹ്റാബിയുടെ കഥ (33)യും ദയനീയമാ ണ്. കൃത്രിമ രേഖകളുണ്ടാക്കിയാണ് ഏജന്റ് ഇവരെ കയറ്റിവിട്ടതെന്ന് വ്യക്തം. കാരണം സൗദിയിൽ വേലക്കാരിക്ക് വരാനുള്ള പ്രായം 40 ആണ്. മുപ്പത്തിമൂന്നാം വയസ്സിൽ വേലക്കാരിയുടെ വിസയിൽ അവർ കടൽ കടന്നു പോന്നെങ്കിൽ കൃത്രിമം സുനിശ്ചിതം. പീഡിതയായി, അവർ നാട്ടിലേക്ക് മടങ്ങി.

സ്പോൺസർ മരിച്ച ശേഷം ഭാര്യയും മക്കളും കഷ്ടപ്പെടുത്തിയ തിനെ തുടർന്ന് നാട്ടിലേക്ക് മടങ്ങിയ ബേപ്പൂരിലെ അരക്കിണർ ചാലാട്ടു പറമ്പ് ആമിനക്കും ഇത്തരം കഥകൾ പറയാനണ്ട്.

ഭക്ഷണം പോലും നല്കാതെ വേലക്കാരിയെ ക്രൂരമായി മർദ്ദിച്ചു കൊന്ന സൗദി ദമ്പതികളെ അൽ ജൗഫിൽ പൊലീസ് അറസ്റ്റ് ചെയ്തി രുന്നു. മരുഭൂമിയിൽ ശ്രീലങ്കൻ വേലക്കാരിയുടെ ജഡം കണ്ടെത്തിയത് മൂന്ന് വർഷം മുമ്പാണ്.

അവശയായ ഇന്തോനേഷ്യൻ വേലക്കാരിയെ നാട്ടിലേക്ക് കയറ്റി അയക്കാനുള്ള ശ്രമം വിമാനത്താവളത്തിൽ പൊലീസ് തടഞ്ഞിരുന്നു. മുപ്പത്തേഴുകാരിയായ ഇന്തോനേഷ്യക്കാരിയെ തളർത്തിയത് പോഷകാ ഹാരക്കുറവാണ്.   ദിവസം രാവിലെ ഒരു റൊട്ടി മാത്രമായിരുന്നു വീട്ടു കാർ ഇവർക്ക് ആഹാരമായി നല്കിയിരുന്നതെന്ന് പൊലീസ് അന്വേഷ ണത്തിൽ കണ്ടെത്തി.

മരുഭൂമിയിലും മഹാനഗരങ്ങളിലെ ആളൊഴിഞ്ഞ ഏരിയകളിലെ മാലിന്യപ്പെട്ടികളിലും വേലക്കാരികളുടെ അനാഥ പ്രേതങ്ങൾ കണ്ടെ ത്തുന്ന സംഭവങ്ങൾ വല്ലപ്പോഴുമൊക്കെ റിപ്പോർട്ട് ചെയ്യപ്പെടാറുണ്ട്.

ഏഷ്യൻ രാജ്യങ്ങളിൽ നിന്നുള്ള വേലക്കാരികൾക്ക് വാരാന്ത്യ അവധിക്കു പകരം ശമ്പളം നല്കുന്ന കാര്യം നയതന്ത്ര കാര്യാലയങ്ങളും സൗദി തൊഴിൽ മന്ത്രാലയവും ഈയിടെ ചർച്ച ചെയ്യുകയുണ്ടായി. പത്ത് ലക്ഷം വേലക്കാരികളാണ് സൗദി അറേബ്യയിലുള്ളത്. ഇന്തോനേഷ്യ, ഫിലിപ്പൈൻസ്. ശ്രീലങ്ക എന്നിവിടങ്ങളിൽ നിന്നുള്ളവരാണ് ഇവരിൽ ഭൂരിഭാഗവും. പ്രഭാതം മുതൽ അർദ്ധരാത്രിവരെ ജോലി ചെയ്യുന്ന ഇവർക്ക് വാരാന്ത്യ അവധിയില്ല. ജോലി സമയം നിജപ്പെടുത്തണമെന്നും മിനിമം വേതനം വർദ്ധിപ്പിക്കണമെന്നും വിവിധ രാജ്യങ്ങൾ സൗദി അധി കൃതരോട് ആവശ്യപ്പെട്ടിരുന്നു.

ഇന്തോനേഷ്യയും ഫിലിപ്പൈൻസും ശ്രീലങ്കയും വേലക്കാരികളുടെ റിക്രൂട്ട്മെന്റ് വ്യവസ്ഥകൾ കർക്കശമാക്കിയതോടെ നേപ്പാൾ, വിയത്നാം, മ്യാന്മർ എന്നിവിടങ്ങളിൽ നിന്ന് വേലക്കാരികളെ റിക്രൂട്ട് ചെയ്യാൻ തുട ങ്ങിയിട്ടുണ്ട്. എത്യോപ്യ, കിർഗിസ്ഥാൻ, താജിക്കിസ്ഥാൻ എന്നിവിടങ്ങ ളിൽ നിന്നുള്ള റിക്രൂട്ട്മെന്റിനും നീക്കം നടന്നിരുന്നു.

ഇന്ത്യയിൽ വിദേശത്തേക്ക് വേലക്കാരികളെ അയയ്ക്കുന്നതിന്

കർശനമായ നിയമങ്ങളുണ്ടെങ്കിലും അത് ലംഘിച്ച് ഏജന്റുമാരും ഉന്നത ഉദ്യോഗസ്ഥരും ചേർന്ന ലോബി കേരളത്തിൽ നിന്ന് ഉൾപ്പെടെ സ്ത്രീ കളെ കയറ്റി അയക്കുന്നുണ്ട്. നേർമാർഗ്ഗത്തിൽ വരുന്നവരുമുണ്ട്.

യു എ ഇയിലേക്ക് ഇന്ത്യയിൽ നിന്ന് വേലക്കാരികളെ റിക്രൂട്ട് ചെയ്യാൻ 2500 ഡോളർ എംബസിയിൽ കെട്ടിവയ്ക്കണം. 1100 ദിർഹമാണ് മിനിമം ശമ്പളം. കുറഞ്ഞ പ്രായം 30. സൗദിയിൽ മിനിമം ശമ്പളം 1000 റിയാലാണ്. കുറഞ്ഞ പ്രായം 40. എന്നാൽ വളഞ്ഞ വഴികളിലൂടെ രണ്ട് രാജ്യത്തേക്കും ഇപ്പോഴും മലയാളികൾ ഉൾപ്പെടെ ഇന്ത്യൻ സ്ത്രീകൾ വരുന്നു. ഏജന്റുമാരിൽ നിന്ന് തുക വാങ്ങി എമിഗ്രേഷൻ ക്ലിയറൻസ് പൂർത്തിയാക്കിക്കൊടുക്കുന്നു. യു എ ഇയിൽ വിദേശികൾക്കും വേല ക്കാരികളെ കൊണ്ടുവരാൻ അധികൃതർ കാണിച്ച കാരുണ്യം ചൂഷണം ചെയ്യപ്പെടുകയാണ്.

ലൈംഗിക പീഡനങ്ങളെക്കുറിച്ചുള്ള പരാതിയെ തുടർന്ന് ഫിലി പ്പൈൻസ് വേലക്കാരികളുടെ കുറഞ്ഞ പ്രായം 23 ൽനിന്ന് 30 ആക്കാൻ ആലോചിക്കുന്നു. വേലക്കാരികളോട് മോശമായി പെരുമാറുന്നതായി പരാതി ഉയർന്നതിനെ തുടർന്ന് നേപ്പാൾ വേലക്കാരികളുടെ റിക്രൂ ട്ട്മെന്റിന് വിലക്ക് ഏർപ്പെടുത്തുന്നതിനെ കുറിച്ച് ആലോചിച്ചിരുന്നു. പ്രശ്നങ്ങൾ നേരിട്ടാൽ ഉടൻ തിരിച്ചയക്കണമെന്ന് വ്യവസ്ഥ വയ്ക്കാൻ അംബാസഡർമാർ ആവശ്യപ്പെടുകയുണ്ടായി. നേപ്പാളി ആയമാർക്ക് ശമ്പളം വർദ്ധിപ്പിക്കണമെന്നും അവർ ആവശ്യപ്പെട്ടിരുന്നു.

ശ്രീലങ്കൻ സർക്കാർ സൗദി അറേബ്യയിലെ വേലക്കാരികൾക്ക് നിർബ്ബന്ധിത ഇൻഷുറൻസ് പദ്ധതി ഏർപ്പെടുത്താൻ തീരുമാനിച്ചു. ശമ്പളം 650 റിയാലായി നിജപ്പെടുത്താൻ സൗദി അധികൃതർ സമ്മതി ച്ചിട്ടുണ്ടത്രെ. യു എ ഇയിലും ജോർദ്ദാനിലും ശ്രീലങ്ക ഇൻഷുറൻസ് പദ്ധതി നേരത്തെ നടപ്പാക്കിയിരുന്നു. വിദേശത്തേക്ക് പോകുന്ന വേല ക്കാരികളുടെ എണ്ണം കുറയ്ക്കുമെന്ന് ശ്രീലങ്കൻ ഫോറിൻ എംപ്ലോ യ്മെന്റ് ബ്യൂറോ വ്യക്തമാക്കിയതും ഈയിടെയാണ്. വിദേശരാജ്യങ്ങ ളിൽ ജോലി ചെയ്യുന്ന ശ്രീലങ്കൻ വേലക്കാരികളുടെ 3400 പരാതികളാണ് 2008 ആദ്യപാദത്തിൽ തന്നെ ബ്യൂറോയ്ക്ക് ലഭിച്ചത്. ഇതിൽ ഏറെയും ഗൾഫ് നാടുകളിൽ നിന്നാണ്. ലൈംഗിക പീഡനം സംബന്ധിച്ച 479 പരാതികളും ലഭിച്ചതായി ബ്യൂറോ വെളിപ്പെടുത്തിയിരുന്നു.

സൗദി അറേബ്യയിൽ വേലക്കാരികളുടെ പരാതികളിൽ ദേശീയ മനുഷ്യാവകാശ കമ്മീഷൻ ഫലപ്രദമായി ഇടപെടുന്നുണ്ട്. പരാതികൾ പരിഗണിച്ച് ആവശ്യമായ നടപടികൾ സ്വീകരിക്കുന്നുണ്ട്. കൃത്യമായ പരാതികളിൽ നീതി കിട്ടാതെ ആർക്കും ഇവിടെനിന്ന് തിരിച്ചു പോകേണ്ടി വരില്ല. പൊലീസും കോടതിയും അനുഭവപൂർവ്വമാണ് കേസുകൾ കൈ കാര്യം ചെയ്യുന്നത്. കുറ്റവാളികളുടെ മുഖം നോക്കാതെ ഇരകൾക്ക് നീതി ലഭ്യമാക്കാൻ ഭരണകുടം പ്രതിജ്ഞാബദ്ധമാണ്. എംബസികളും കോൺ

സുലേറ്റുകളും വഴി പൊലീസിലും കോടതിയിലുമെത്തുന്ന കേസുകളി ലെ വിധിപ്പകർപ്പുകൾ ഇതിന് സാക്ഷിയാണ്. പക്ഷേ, പാവപ്പെട്ട ഈ പെണ്ണുങ്ങളുടെ കേസുകൾ മിക്കവാറും എത്തേണ്ടിടത്ത് എത്താറില്ലെന്ന് മാത്രം.

സ്പോൺസർമാരുടെ പീഡനം സഹിക്കാതെ ചാടിപ്പോരുന്ന വേല ക്കാരികളിൽ നല്ലൊരു പങ്കും പെൺവാണിഭക്കാരുടെ കൈകളിലാണ് എത്തിപ്പെടുന്നത്. ഇന്തോനേഷ്യൻ, ഫിലിപ്പൈൻസ് എംബസികളിൽ ചാടി വരുന്ന വേലക്കാരികളെ ഏറ്റെടുക്കാനും അവരുടെ കേസുകൾ കൈകാര്യം ചെയ്യാനും പ്രത്യേക സംവിധാനങ്ങളുണ്ട്. നമ്മുടെ നയ തന്ത്ര കാര്യാലയങ്ങളാകട്ടെ, ഏതെങ്കിലും തരത്തിലുള്ള സമ്മർദ്ദങ്ങളു ണ്ടാകുമ്പോൾ മാത്രമേ ഇത്തരം കേസുകൾ ഏറ്റെടുക്കാറുള്ളൂ.

വായനയുടെ ബാല്യകാലസഖി

സജീവമായ ഒരു വായനശാലയോ ഗ്രന്ഥശാലയോ അത്തരം സാംസ്കാരിക ചലനങ്ങളോ ഒന്നുമില്ലാത്ത വെറുമൊരു ഗ്രാമത്തിലാ യിരുന്നു കുട്ടിക്കാലം. വല്ലപ്പോഴും കിട്ടുന്ന *ചമ്പകും ബാലരമയും* *പൂമ്പാറ്റയും* ഒക്കെ വായിക്കുമെന്നല്ലാതെ പുസ്തകങ്ങളുടെ ലോകം ഒട്ടും പരിചയമില്ല.

പേരാമ്പ്ര എ യു പി സ്കൂളിൽ പഠിക്കുമ്പോൾ ക്ലാസ് ടീച്ചറായിരുന്ന പത്മനാഭൻ മാഷാണ് പുസ്തക വായനയുടെ ലോകത്തേക്ക് വാതിൽ തുറന്നുതന്നത്. ആറാം ക്ലാസിലായിരുന്നു. അക്കൊല്ലമാണ് സ്കൂൾ ലൈബ്രറിയിൽ നിന്നുള്ള പുസ്തകങ്ങൾ ആദ്യം കിട്ടുന്നത്. മേശപ്പുറത്ത് വെച്ച പുസ്തകങ്ങളുടെ അട്ടിയിൽ നിന്ന് ഒരു പുസ്തകം വലിച്ചെടുത്ത് മാഷ് പറഞ്ഞു: "നീ ഇതു വായിച്ചോളൂ."

ബാല്യകാലസഖി. വൈക്കം മുഹമ്മദ് ബഷീർ.

പുസ്തകത്തിന്റെ പിന്നാമ്പുറത്ത് കൈയിൽ മുഖം താങ്ങി ചിന്താമഗ് നനായിരിക്കുന്ന മഹാനായ എഴുത്തുകാരന്റെ ബ്ലാക്ക് ആന്റ് വൈറ്റ് ചിത്രം.

ആ പുസ്തകം തന്നെ ഞാൻ ആദ്യം വായിക്കണമെന്ന് മാഷ് നേരത്തേ തീരുമാനിച്ച പോലെയായിരുന്നു. പുസ്തകങ്ങളുടെ അട്ടിയിൽ നിന്ന് പ്രത്യേകം തെരഞ്ഞെടുത്ത് നീ ഇതു വായിച്ചോ എന്ന് മാഷ് പറഞ്ഞത് അതുകൊണ്ടാണെന്ന് പിന്നീട് തോന്നിയിട്ടുണ്ട്. ആദ്യത്തെ പെണ്ണുപോലെ ആദ്യത്തെ ആ പുസ്തകം എന്നുമെന്റെ പുസ്തകമാണ്. അതിൽ പ്രണയമുണ്ട്. സ്വപ്നങ്ങളുണ്ട്. ദാരിദ്ര്യമുണ്ട്. പ്രവാസമുണ്ട്. പില്ക്കാലത്ത് ഞാൻ അനുഭവിച്ച പലതുമുണ്ട്. മജീദിന്റെയും സുഹ റയുടെയും പ്രണയനഷ്ടമാണോ ദാരിദ്ര്യത്തിന്റെ വേദനകളാണോ

എന്നറിയില്ല, മൂടിക്കെട്ടിയ കണ്ണുകൾ പലപ്പോഴും വായന മുറിച്ചു. എന്റെ കണ്ണുനീർ വീണ ആദ്യ പുസ്തകവും ഇതുതന്നെ. ഒരു ആറാം ക്ലാസുകാരനെ ആ പുസ്തകം എങ്ങനെ അത്രമാത്രം കരയിച്ചുവെന്ന് ഞാൻ പിന്നീട് ആലോചിച്ചിട്ടുണ്ട്. അഞ്ചാം ക്ലാസിൽ വാർഷിക പരീക്ഷ കഴിഞ്ഞതിന്റെ പിറ്റേ ദിവസമാണ് ഞാൻ ബാല്യകാല സഖി എന്റെ മകനെക്കൊണ്ട് വായിപ്പിച്ചത്. ഇടയ്ക്ക് വായന നിർത്തുമ്പോഴും വായന പൂർത്തിയാക്കിയ ശേഷവും അവൻ പറഞ്ഞു, ''ഭയങ്കര സങ്കടം തോന്നുന്നു വായിച്ചേ എന്ന്.''

ബാല്യകാലസഖി വായിച്ചതിൽ പിന്നെയാണ് ഞാനൊരു കാമുക നായി മാറിയത്. കാണുന്ന സുന്ദരിമാരുടെ മുഖങ്ങളിലെല്ലാം ഞാനെന്റെ സുഹ്റയെ തെരഞ്ഞു. ഉറക്കത്തിൽ പല സുന്ദരിമാരും വന്നെന്റെ കൈ ത്തണ്ടയിൽ പാര പോലുള്ള നഖങ്ങളാൽ ശക്തിയോടെ മാന്തി. 'തീച്ച രവ കൊണ്ട് മാന്തേറ്റ പോലെ ഞാൻ പുളഞ്ഞ് എന്റുമ്മോ' എന്ന് ഉറക്ക ത്തിൽ വിളിച്ചു കരഞ്ഞു. പണമില്ലാത്തവർക്ക് പഠിച്ച് വലിയ ഉദ്യോഗസ്ഥ നാകാനൊന്നും പറ്റില്ലെന്ന് സുഹ്റ മജീദിനോട് പറയുന്നുണ്ട്. യതീംഖാന യിലാണ് അന്നു ഞാൻ താമസിച്ചിരുന്നത്. പണമില്ലാത്തതുകൊണ്ടാണ ല്ലോ ബാപ്പ എന്നെ യതീംഖാനയിലാക്കിയത്. ''പണോക്കെ ഞമ്മക്ക് അല്ലാഹ് തരു''മെന്ന സുഹ്റയുടെ ബാപ്പയുടെ വാക്കുകൾ ഞാൻ എപ്പോ ഴും ഓർക്കും. പനി പിടിച്ച് ബാപ്പ മരിച്ചു പോയതോടെ യതീമായി മാറിയ സുഹ്റക്ക് പിന്നെ സ്കൂളിൽ പോകാനോ പഠിക്കാനോ സാധിച്ചില്ലല്ലോ. യതീമായ സുഹ്റ എനിക്കും പഠിക്കണമെന്ന് പറഞ്ഞ് ചീവീടു കരയും പോലെ കരഞ്ഞപ്പോൾ ആ ശബ്ദം മജീദിന്റെ തലയ്ക്കുള്ളിൽ മാത്രമല്ല, എന്റെ തലയ്ക്കുള്ളിലും മുഴങ്ങി.

സുഹ്റയെ കൂടി പഠിപ്പിക്കാമെന്ന് മജീദ് പറഞ്ഞപ്പോൾ രാജ്യം വിട്ടു പോകാനാണ് മജീദിന്റെ ബാപ്പ പറയുന്നത്. ലോകരൊക്കെ കഴിയുന്നത് എങ്ങനെയെന്ന് പഠിക്കാൻ രാജ്യം വിട്ടു പോകണം. രാജ്യം വിട്ടു പോക ണമെന്ന് മജീദും ഇടയ്ക്ക് ആഗ്രഹിക്കുന്നുണ്ട്. രാജ്യോക്കെ ചുറ്റിക്കറങ്ങി വരുമ്പോൾ ശ്രീമതി സുഹ്റ തന്നെ കണ്ട ഭാവം നടിക്കുമോ എന്ന ആശങ്ക മാത്രമേ അവനുള്ളു.

ഒടുവിൽ ബാപ്പയോട് വഴക്കിട്ട് അവൻ രാജ്യം വിടാൻ തന്നെ തീരു മാനിക്കുന്നു. വീടും നാടും ഉപേക്ഷിച്ച് അവൻ പോയി. പ്രീഡിഗ്രി കാല ത്ത് അങ്ങനെയൊരു സന്ദർഭത്തിൽ ഞാനും നാടുവിട്ടു. മദിരാശിയിലേ ക്കുള്ള തീവണ്ടിയിൽ കുത്തിയിരിക്കുമ്പോൾ ഞാൻ മജീദായി. മദിരാശി പട്ടണത്തിലെ ഹോട്ടലുകളിൽ ചെന്ന് ജോലി ചോദിക്കുമ്പോൾ മജീദ് മാത്രമായിരുന്നു മനസ്സിലെ മാതൃകാ പുരുഷൻ.

വിധിയുടെ വിളയാട്ടത്തിൽ വലിയ പണക്കാരനായിരുന്ന മജീദിന്റെ ബാപ്പയും ദരിദ്രനാകുന്നു. വൃദ്ധരായ മാതാപിതാക്കളെ സംരക്ഷിക്കാനും സഹോദരിമാരെ കെട്ടിച്ചയക്കാനും സുഹ്റയെ വിവാഹം ചെയ്യാനും മെച്ചപ്പെട്ട ജീവിതം തേടി മജീദ് പിന്നെയും രാജ്യം വിട്ടുപോകുന്നു. അത്

ലോകരുടെ ജീവിതം കണ്ടു പഠിക്കാനായിരുന്നില്ല. രാജ്യമൊക്കെ ഒന്ന് ചുറ്റിക്കറങ്ങാനുമായിരുന്നില്ല. സ്വയം ജീവിക്കാനും കുറേപ്പേരെ ജീവിപ്പി ക്കാനുമുള്ള മോഹത്തിന്റെ പേരിലായിരുന്നു. ബഷീറിന്റെ എഴുത്ത്.

സുഹ്റായെ വിവാഹം ചെയ്യുക.

അതിനുമുമ്പ് സഹോദരികൾക്ക് ഭർത്താക്കന്മാരെയുണ്ടാക്കുക. സ്ത്രീധനത്തിനും ആഭരണങ്ങൾക്കുമുള്ള വക സമ്പാദിക്കുക. ആയതി ലേക്ക് എന്തെങ്കിലും ജോലി വേണം. ഒടുവിൽ ജന്മദേശത്തു നിന്നും ആയിരത്തിയഞ്ഞൂറ് മൈൽ ദൂരെയുള്ള മഹാനഗരിയിൽ മജീദ് ചെന്നു പറ്റി.

ഏതാണ്ട് ഇതേ കാരണങ്ങൾ കൊണ്ടൊക്കെ തന്നെ കടൽ കടന്നു പ്രവാസ ലോകത്തേക്ക് പോകുമ്പോൾ ഞാൻ പിന്നെയും മജീദാകുന്നുണ്ട്.

പണവും പത്രാസുമുള്ളപ്പോഴേ നാട്ടിൽ തിരിച്ചെത്തുന്ന പ്രവാസി ക്കും വിലയുള്ളൂ. പെട്ടികൾ കാലിയാകുമ്പോൾ 'നിന്ദാവഹങ്ങളായ നോട്ടങ്ങളും പരിഹാസങ്ങളും ലഭിക്കേണ്ടിവന്ന പ്രവാസികളായ എത്ര യോ ആളുകളെ കണ്ടിട്ടുണ്ട്. ആദ്യത്തെ രാജ്യസഞ്ചാരം കഴിഞ്ഞ് വലിയ പെട്ടികളുമായി തിരിച്ചു വരുമ്പോൾ മജീദിന് വലിയ സ്വീകരണ ങ്ങളായിരുന്നു. മജീദിന്റെ പക്കൽ ഒന്നുമില്ലെന്ന് മനസ്സിലാകുമ്പോൾ വെറും പാപ്പരെന്ന് പറഞ്ഞ് നാട്ടുകാർ മജീദിനെ പരിഹസിക്കുന്നു. "അവനെന്തിന് വരാമ്പോയി" എന്നാണ് നാട്ടുകാർ ചോദിക്കുന്നത്. പത്ത് വർഷത്തെ പ്രവാസ ജീവിതം അവസാനിപ്പിച്ച് നാട്ടിൽ തിരിച്ചെത്തിയ എന്നെക്കുറിച്ചും ആളുകൾ അങ്ങനെ ചോദിക്കുന്നു: "ഓനെന്തു പറ്റി?"

വേദനയുടെ ഏത് കുരുക്കളും പൊട്ടിച്ചു കളയാൻ സ്നേഹത്തോളം പോന്ന ഒരു ദിവ്യൗഷധമില്ലെന്നും മജീദും സുഹ്റയും എന്നെ പഠിപ്പിച്ചു. അത്രയും അഗാധമായി സ്നേഹിച്ചിട്ടും സുഹ്റ മരിക്കുമ്പോൾ അടുത്തി രിക്കാൻ മജീദിന് സാധിക്കുന്നില്ല. മജീദ് പ്രവാസിയായിരുന്നു. ജീവിക്കാൻ വേണ്ടി നാടുവിട്ടുപോയി അന്യനാട്ടിൽ കഴിയുന്നവൻ. ഉമ്മയുടെ കത്തിൽ നിന്നാണ് മജീദ് സുഹ്റയുടെ മരണം അറിയുന്നത്. എന്നെ ഒരുപാട് ഇഷ്ടപ്പെട്ടിരുന്ന വെല്യായിച്ചിയുടെ മരണം യതീംഖാനയിൽ നിന്ന് അടുത്ത അവധിക്കു വരുമ്പോൾ മാത്രമാണ് ഞാൻ അറിയുന്നത് *(യതീമിന്റെ നാരങ്ങാ മിഠായി ആഴ്ചപ്പതിപ്പ് 86:14).* ഒമ്പതാം ക്ലാസിൽ പഠിക്കുമ്പോൾ ഒന്നര വയസ്സുള്ള അനിയത്തിയുടെ മയ്യത്ത് ഞാൻ വീടെത്തുമ്പോഴേക്കും ഖബറടക്കിക്കഴിഞ്ഞിരുന്നു. തൊട്ടു മുമ്പത്തെ അവധി കഴിഞ്ഞ് ഞാൻ മടങ്ങുമ്പോൾ എത്ര ഉമ്മകൾ തന്നാണ് അവ ളെന്നെ യാത്രയാക്കിയിരുന്നത്! അഗാധമായ വാത്സല്യം ചൊരിഞ്ഞുതന്ന രണ്ട് വെല്യുമ്മമാർ ഈ ലോകത്തോട് വിടപറയുമ്പോൾ ഞാൻ കടലിനക്കരെ ആയിരുന്നു. മരിക്കുമ്പോൾ "മജീദ് വന്നോ വന്നോ" എന്ന് സുഹ്റ ചോദിക്കുന്നുണ്ട്. ഉമ്മയുടെ കത്ത് വായിച്ച് മജീദ് കുറേനേരം തരിച്ചിരിക്കുന്നു. അങ്ങനെ തരിച്ചിരുന്ന എത്രയെത്ര മുഹൂർത്തങ്ങൾ അഞ്ചാം ക്ലാസു മുതൽ അന്യനാട്ടിൽ കഴിയുന്ന എന്റെ ജീവിതത്തിലും ഉണ്ടായിട്ടില്ല.

വാക്കുകളെയും ഭാഷയെയും ഞാൻ സ്നേഹിക്കുന്നതും *ബാല്യ കാലസഖിയിലൂടെ* തന്നെയാണ്. ഭാഷയെ കൂടുതൽ സ്നേഹിക്കാൻ തുടങ്ങിയപ്പോൾ *ബാല്യകാലസഖിയിലെ* ബാലഭാസ്കരൻ കുന്നിന്റെ ഉച്ചിയിൽ വന്ന് മന്ദഹാസപൂർവ്വം ചെരിവിലെ ഗ്രാമത്തെ പൊൻപ്രഭയിൽ മുക്കുമ്പോഴും ചാറ്റൽ മഴയിലൂടെ പൂർണ്ണ ചന്ദ്രൻ പ്രകാശിക്കുന്നതുപോ ലെ കണ്ണീരിലൂടെ സുഹ്റ മന്ദഹസിച്ചപ്പോഴും എനിക്കെന്തോ വല്ലാ ത്തൊരു വൈകാരികാനുഭൂതിയുണ്ടായി.

അങ്ങനെ ബഷീറിനെ വല്ലാതെ സ്നേഹിച്ചുപോയ ഒരു ദിവസം അക്കാലത്ത് പതിവായി വായിച്ചിരുന്ന ഒരു ബാല മാസികയുടെ പത്രാധി പർക്ക് ഞാനൊരു കത്തെഴുതി:

പ്രിയപ്പെട്ട പത്രാധിപർ, വൈക്കം മുഹമ്മദ് ബഷീറിനെക്കൊണ്ട് മാസികയിൽ കഥകൾ എഴുതിപ്പിക്കണം.

അക്കത്തിനോടൊപ്പമാണ് എന്റെ പേരിന് മുകളിൽ ആദ്യമായി അച്ചടി മഷി പുരളുന്നത്. എന്നുവെച്ചാൽ ബഷീറിന്റെ പേരുമായി ചേർ ത്താണല്ലോ എന്റെ പേർ നാലാൾ കണ്ടതെന്നായിരുന്നു ആഹ്ലാദം. അധി കം വൈകാതെ *ആനവാരിയും പൊൻകുരിശും* ആ മാസികയിൽ ചിത്ര കഥാ രൂപത്തിൽ വന്നു.

ജീവിതത്തിൽ നിന്ന് വലിച്ചു ചീന്തിയ ഒരേടാണല്ലോ ഇപ്പുസ്തകം. സ്വന്തം അനുഭവങ്ങളാണ്, പൊള്ളലുകളും മുറിവുകളുമാണ് യഥാർത്ഥ മായ കലയുടെ ഉറവിടം എന്ന റൊമാന്റിക് (ക്ലാസിക് വിരുദ്ധ) സങ്കല്പ മാണ് *ബാല്യകാലസഖി* അവതരിപ്പിക്കുന്നതെന്ന് പിന്നീട് എം എൻ വിജയൻ മാഷ് നിരീക്ഷിച്ചിട്ടുണ്ട്. അനുഭവങ്ങളെ അവതരിപ്പിക്കാൻ വാക്കുകൾപോലും വേണ്ടെന്നും ഒരു ചലച്ചിത്രത്തിലെന്നപോലെ ഏറ്റ വും ചുരുങ്ങിയ വാക്കുകളിൽ അനുഭവം ദൃശ്യവല്ക്കരിക്കാൻ സാധി ക്കുമെന്നും പിന്നെയും പിന്നെയും *ബാല്യകാലസഖി* വായിക്കുമ്പോൾ ഞാൻ തിരിച്ചറിഞ്ഞു.

ഒരു രംഗം നോക്കൂ: തന്റെ ബാപ്പ മരിച്ച ദിവസം ദുഃഖഭാരത്തോടെ അടുത്തു വരുന്ന സുഹ്റയെ മജീദിന് അവളെ ആശ്വസിപ്പിക്കാനാകു ന്നില്ല. മജീദിന് ഒന്നും പറയാൻ കഴിഞ്ഞില്ല. അവന്റെ കണ്ണീർ കണങ്ങൾ അവളുടെ മൂർദ്ധാവിലും അവളുടേത് അവന്റെ നെഞ്ചിലും വീണ് ഒഴുകി ക്കൊണ്ടിരുന്നു.

രണ്ട് ഇണക്കുരുവികൾ പങ്കുവയ്ക്കുന്ന കഠിന ദുഃഖത്തിന്റെ തീവ്രത ഇതിലും ഹൃദയഭേദകമായി ആവിഷ്കരിക്കാൻ ഏത് ചലച്ചിത്രകാരന് സാധിച്ചിട്ടുണ്ട്.

ബാല്യകാലസഖിയിലെ ആദ്യ വാചകം തുടങ്ങുന്നത് ബാല്യകാലം മുതൽക്കു തന്നെ സുഹ്റയും മജീദും സുഹൃത്തുക്കളായിരുന്നുവെന്ന സൂചനയോടെയാണ്. ആൺപെൺ സൗഹൃദത്തെകുറിച്ച ഒരു കാഴ്ചപ്പാട് നല്ല രീതിയിൽ വളർത്തിയെടുക്കേണ്ട ഒരു പ്രസ്താവനയായാണ് അതിനെ ഞാൻ കാണുന്നതും. കുട്ടിക്കാലം മുതലേ ആൺ കുട്ടികൾക്കും

പെൺകുട്ടികൾക്കും ഇടയിൽ ആരോഗ്യപരമായ ഒരു സൗഹൃദത്തിന് ഇടമുണ്ട്. തെറ്റിപ്പോകുന്ന കണക്കുകൾ പരസ്പരം പറഞ്ഞു കൊടുത്തും തിരുത്തിയെഴുതിയും ശരിയായ പാതയിലേക്ക് കൊണ്ടുപോകുമ്പോഴേ ജീവിതം ഉമ്മിണി വല്യ ഒന്നാകൂ. അന്നും ഇന്നും പക്ഷേ, നമ്മുടെ സമൂഹം ആൺ പെൺ സൗഹൃദങ്ങളെ ഭയത്തോടും സംശയത്തോടും മാത്രമേ വീക്ഷിക്കുന്നുള്ളൂ.

എന്തുകൊണ്ടാണ് ഈ കൊച്ചു നോവൽ അന്നും ഇന്നും എന്നും എന്റെ പുസ്തകമായി നില്ക്കുന്നത്?

എന്നിൽ ആദ്യ പ്രണയം ഉണർത്തിയതു കൊണ്ടാണോ?

ദാരിദ്ര്യത്തിന്റെ വേദനകൾ ഞാനും സുഹ്റയും മജ്ജീദുമൊക്കെ ഒന്നിച്ച് അനുഭവിച്ചതു കൊണ്ടാണോ?

രാജ്യം വിട്ടുപോയവന്റെ വേദനകൾ വരികളിൽ നിന്ന് പിന്നീട് എന്റെ ജീവിതത്തിലേക്ക് കടന്നുവന്നതു കൊണ്ടാണോ?

അതോ വലിയ വലിയ പുസ്തകങ്ങളൊന്നും വേറെ അധികം വായിക്കാത്തതു കൊണ്ടാണോ?

അറിയില്ല. എന്നിൽ വായന വളർത്തിയ പുസ്തകം എന്ന നിലയിൽ ഓർക്കാനാണ് എനിക്കിഷ്ടം. ഹൃദയത്തിൽ തൊടാത്ത വേറെ ഏതെങ്കിലും പുസ്തകമാണ് അന്ന് പത്മനാഭൻ മാഷ് തന്നിരുന്നതെങ്കിൽ ചിലപ്പോൾ അടുത്ത ഒരു പുസ്തകത്തോട് എനിക്ക് പ്രിയം തോന്നാനിടയില്ലായിരുന്നു. ഹൃദയത്തിൽ വായനയുടെ കയ്യൊപ്പ് ചാർത്തിയ പുസ്തകം എന്ന് പറഞ്ഞാൽ ശരിയാകുമോ ആവോ?

ഇന്നും ഈ പുസ്തകമെടുത്ത് വായിച്ചാൽ എന്റെ ചങ്ക് വിങ്ങും. കണ്ണുകൾ കലങ്ങും. ബാല്യത്തോടും കൗമാരത്തോടും യൗവനത്തോടും ചേർത്തുവെച്ച് ഇന്നും എനിക്ക് ഈ പുസ്തകം വായിക്കാൻ സാധിക്കുന്നു.

ക്രിട്ടിക്കൽ കെയർ യൂണിറ്റ്

വാച്ച്മാൻ നിഷ്കരുണം പറഞ്ഞു.

"ഇപ്പോൾ പോകാൻ പറ്റില്ല."

മൊയ്തീൻ കുട്ടി കെഞ്ചി നോക്കി. "ഒന്നുകിൽ രണ്ട് മണിക്കുശേഷം പാസ്സെടുത്തു കയറണം. അല്ലെങ്കിൽ നാല് മണി കഴിഞ്ഞ് സന്ദർശകർക്ക് അനുവദിച്ച സമയത്ത് വരണം. വാച്ച്മാൻ ചട്ടം പറയുകയാണ്. സർക്കാർ ആശുപത്രികളിൽ രോഗികളെ സന്ദർശിക്കുന്നതിന് ചില ചിട്ടവട്ടങ്ങളൊ ക്കെയുണ്ട്. അത് ലംഘിച്ച് അകത്ത് പോകാൻ പറ്റില്ല."

മൊയ്തീൻ കുട്ടി അൽ സുൽഫിയിൽ നിന്ന് വരികയാണ്. സൗദി അറേബ്യയിലെ ഒരു വിദൂര പട്ടണമാണ് അൽ സുൽഫി. റിയാദിൽ വിമാനമിറങ്ങി റോഡ് മാർഗ്ഗം മൂന്ന് മണിക്കുറോളം സഞ്ചരിക്കണം അൽ സുൽഫിയിലെത്താൻ. രണ്ട് വർഷം മുമ്പ്, വിവാഹം കഴിഞ്ഞ് മൂന്നാം മാസം തിരിച്ചു പോയതാണ് മൊയ്തീൻ കുട്ടി. പുതിയ ജീവിതത്തിന്റെ പുതുമണം മാറിയിരുന്നില്ല അപ്പോൾ. പോകുമ്പോൾ ഭാര്യ ബേബി ഗർഭിണിയായിരുന്നു. ഒന്നര വയസ്സുള്ള പൊന്നുമോളെ മൊയ്തീൻകുട്ടി ഇതുവരെ കണ്ടിട്ടില്ല. ഫോണിൽ അവളുടെ കൊഞ്ചലും ചിനുങ്ങലും കേൾക്കുമ്പോൾ അവളുടെ അടുത്തു പറന്നെത്താൻ ഒരുപാടുവട്ടം കൊതിച്ചതാണ്. എത്രവട്ടമാണ് ഉപ്പച്ചീ എന്ന് വിളിച്ച് പൊന്നുമോൾ കി നാവിൽ കയറി വന്നത്! കരിപ്പൂരിൽ വിമാനമിറങ്ങുമ്പോൾ പക്ഷേ, മൊയ് തീൻ കുട്ടിയുടെ മനസ്സിൽ ബേബിയും പൊന്നുമോളുമുണ്ടായിരുന്നില്ല.

ബാപ്പ ക്രിട്ടിക്കൽ കെയർ യൂണിറ്റിലാണ്. കോഴിക്കോട്ടെ സ്വകാര്യ ആശുപത്രിയിൽ നിന്ന് രണ്ടാഴ്ച മുമ്പാണ് മെഡിക്കൽ കോളേജിലെ ചെസ്റ്റ് ഹോസ്പിറ്റലിലേക്ക് മാറ്റിയത്. ആയുസ്സ് ഇത്രയും നീളുമെന്ന്

കരുതിയതല്ല. വേണ്ടപ്പെട്ടവരെയൊക്കെ അറിയിച്ചു കൊള്ളാൻ ഡോക് ടർമാർ പറഞ്ഞതാണ്. അറിയിക്കാനുള്ളവരെ മുഴുവൻ അറിയിച്ചു.

അടുത്തും അകന്നും കഴിയുന്നവരൊക്കെ വന്നുകണ്ടു. ഇനിയും ബാപ്പയെ കാണാൻ പറ്റുമെന്ന് മൊയ്തീൻ കുട്ടി വിചാരിച്ചതല്ല. അറബിയുടെ കീഴിൽ ജോലി നോക്കുമ്പോൾ വിചാരിച്ചപോലെ ഓടിപ്പോ രാൻ പറ്റില്ല. അഞ്ചുനേരം നിസ്കരിച്ച് ബാപ്പയുടെ ആയുസ്സിനും ആരോ ഗ്യത്തിനും വേണ്ടി പ്രാർത്ഥിക്കും. വേണ്ടപ്പെട്ടവരെ വേണ്ടപ്പോൾ വന്നു കാണാൻ പറ്റാത്ത പരദേശിയുടെ വിധിവൈപരീത്യമോർത്ത് കണ്ണുകൾ വെറുതെ നനയും.

ജീപ്പിന് വേഗത പോര. ആകാശത്തെ മേഘക്കീറുകൾ വിമാന ത്തിന്റെ കാഴ്ച നഷ്ടപ്പെടുത്തുമെന്ന് പേടിച്ചിരുന്നു. തലേന്ന് പെയ്ത മഴ ഒഴുകിപ്പോകാതെ റോഡിലെ കുഴികളിൽ കെട്ടിനില്ക്കുന്നു.

കലങ്ങിയ മഴവെള്ളത്തിൽ ഒളിച്ചു നില്ക്കുന്ന ഗട്ടറുകൾ ജീപ്പിന്റെ വേഗം പിന്നെയും കുറച്ചുകൊണ്ടിരുന്നു. മൂടിക്കെട്ടി നിന്ന ആകാശം വീണ്ടും പെയ്തു തുടങ്ങി. തണുത്ത കാറ്റിനൊപ്പം ടാർപാളിൻ ഭേദിച്ച് മഴത്തുള്ളികൾ ജീപ്പിനകത്തേക്ക് ചീറ്റുന്നു. മൊയ്തീൻ കുട്ടിയുടെ ഹൃദയം മാത്രം തണുക്കുന്നില്ല. ഓക്സിജൻ മാസ്കിനകത്താണ് ബാപ്പയുടെ ശ്വാസവും ഉച്ഛ്വാസവും. ഇന്നലെ കഞ്ഞി കൊടുക്കുമ്പോൾ ബാപ്പ ചോദിച്ചു:

"ബാവ പൊന്നൂനെ കണ്ടിട്ടുണ്ടോ?" മൊയ്തീൻ കുട്ടിയെ ബാവ എന്നാണ് വിളിക്കുന്നത്. ഇടയ്ക്ക് ഓർമ്മ തെളിയുമ്പോഴാണ് അദ്ദേഹം മൊയ്തീൻ കുട്ടിയെ ചോദിക്കുന്നത്. പേരക്കുട്ടികളെ കാണാൻ പറ്റാത്ത വിഷമവുമുണ്ട്. കുട്ടികളെ ആശുപത്രിയിലേക്ക് കൊണ്ടുവരാൻ പറ്റില്ല. വീട്ടിലാണെങ്കിൽ നെഞ്ചിലും ചുമലിലും എപ്പോഴും അവരുടെ പേക്കൂ ത്താണ്. ബാവ പൊന്നൂനെ കണ്ടിട്ടില്ലെന്ന് കഞ്ഞി വായിലേക്ക് പകരുന്ന തിനിടെ ഉമ്മ പറഞ്ഞു. അപ്പോൾ ബാപ്പ തേങ്ങിയെന്ന് ജ്യേഷ്ഠൻ ശംസു വിളിച്ചപ്പോൾ പറഞ്ഞിരുന്നു. "പടച്ചോനെ, ന്റെ കുട്ടി ഓന്റെ കുട്ടിനെ ഇതുവരെ കണ്ടിട്ടില്ലല്ലോ......" ഇനി അധികമില്ലെന്ന് ആ വൃദ്ധനറിയാം.

മരുന്നിന്റെ നീണ്ട മയക്കത്തിലേക്ക് വീഴുമ്പോൾ അദ്ദേഹം ഞരക്കത്തോടെ ഓർക്കുന്നത് പെറ്റുമ്മയെ മാത്രമാണ്. ഉമ്മാ, ഉമ്മാ എന്ന ഞരക്കം ചുണ്ടിൽനിന്ന് പുറത്തുവരും. ഒരു കൊച്ചുകുഞ്ഞിന്റെ ഭാവമാണ് ആ വിലാപത്തിന്. വാർദ്ധക്യം രണ്ടാമത്തെ കുട്ടിക്കാലമാകാം. കുഞ്ഞു ങ്ങൾക്കാണല്ലോ ഉമ്മയേയും ബാപ്പയേയും വേണ്ടത്. ഒരുപാട് വർഷ ങ്ങൾക്കുമുമ്പ് മരിച്ചുപോയ ഉമ്മയെ വിളിച്ച് ഞരങ്ങുമ്പോൾ ആ മനു ഷ്യന്റെ മനസ്സിലെന്താണ്? ഒരു പെണ്ണും നാല് ആണുമടങ്ങുന്ന മക്കളിൽ അവസാനത്തെ ആളാണ് മൊയ്തീൻ കുട്ടി. അവന് വൃദ്ധന്റെ ബാപ്പയുടെ തനിഛായയായാണ്. പേരിടാൻ നേരത്ത് ബാപ്പ മാത്രമല്ല, കുടുംബ ക്കാരൊക്കെ ചേർന്ന് തീരുമാനിച്ചതാണ് അവന് വല്യുപ്പയുടെ പേര് മതിയെന്ന്. അങ്ങനെയാണ് അവൻ മൊയ്തീൻ കുട്ടിയായത്. മൊയ്തീൻ

കുട്ടിയുടെ സാന്നിദ്ധ്യം വൃദ്ധന് തന്റെ പിതാവിന്റെ സ്നേഹമായി അനുഭവപ്പെടുമോ?

നല്ല ബോധത്തിലേക്ക് തിരിച്ചുവരുമ്പോഴൊക്കെ അദ്ദേഹം മൊയ് തീൻ കുട്ടിയെ ചോദിക്കും. സർക്കാർ ജോലിക്കാരനായ ജ്യേഷ്ഠൻ യൂനുസ് ലീവെടുത്താണ് ആശുപത്രിയിൽ നില്ക്കുന്നത്. അജ്മാനിൽ നിന്ന് അവധിക്കുവന്ന ശംസുവും ഒപ്പമുണ്ട്. കുട്ടികളുടെ സ്കൂളും മദ്രസയും മുടക്കി പെങ്ങൾ ആമിനയും വന്നുപോകുന്നു. കണ്ണും ദിക്കുമില്ലെങ്കിലും ഉമ്മ സദാ കൂടെയുണ്ട്. ഇടയ്ക്ക് ബിച്ചാപ്പ വരും. യൂനുസിന് ഇനിയും ലീവ് നീട്ടിക്കിട്ടില്ല. നാളെ ജോയന്റ് ചെയ്യണം. മുത്ത ജ്യേഷ്ഠൻ അൽ സുൽഫിയിൽ മൊയ്തീൻ കുട്ടിയുടെ കമ്പനിയിൽ തന്നെയാണ്. അടുത്ത നാട്ടിൽ വന്ന് തിരിച്ചുപോയതേയുള്ളൂ. ഇനിയി പ്പോൾ അവധി കിട്ടില്ല. നാല് മണിക്ക് വാച്ച്മാന്റെ ഔദാര്യം വേണ്ടി വന്നില്ല. ഓക്സിജൻ മാസ്കിനകത്ത് ബാപ്പയുടെ ആയുസ്സ് നീണ്ടു കിടക്കുന്നു.

മരുന്നിന്റെ ക്ഷീണമാണെന്ന് ശംസു പറഞ്ഞു. മൊയ്തീൻ കുട്ടി യുടെ സാന്നിദ്ധ്യമറിഞ്ഞ് അദ്ദേഹം കണ്ണു തുറന്നു. "ന്റെ കുട്ടി വന്നല്ലോ. കാണാൻ പറ്റിയല്ലോ..." വൃദ്ധൻ കരയാനുള്ള പുറപ്പാടിലാണ്. കരഞ്ഞ് ശ്വാസ തടസ്സമുണ്ടാക്കേണ്ടെന്ന് ശംസു കയർത്തു. ബാപ്പയുടെ വിറയ്ക്കുന്ന കൈകൾ കൂട്ടിപ്പിടിച്ചപ്പോൾ മൊയ്തീൻ കുട്ടിയുടെ കണ്ണ് നിറഞ്ഞു. പുറത്ത് അപ്പോൾ പുതിയൊരു മഴയുടെ ആരവം തുടങ്ങിയി രുന്നു.

ക്രിട്ടിക്കൽ കെയർ യൂണിറ്റിലെ ഓരോ ബെഡ്ഡിലും ആയുസ്സിനോട് മല്ലിടുന്ന രോഗികൾ. കട്ടിലിന് ചുറ്റും പരിചരിക്കാൻ ഉറ്റവരും ബന്ധു ക്കളും. ബാപ്പയുടെ തൊട്ടടുത്ത ബെഡ്ഡിലെ വൃദ്ധന്റെ ഒപ്പമുള്ള സ് ത്രീയുടെ മൊബൈൽ റിങ് ചെയ്തപ്പോൾ മൊയ്തീൻ കുട്ടി ശ്രദ്ധിച്ചു. ഉപ്പ ഉറങ്ങുകയാണെന്നും ഗുളികയുടെ മയക്കമാണെന്നും സ്ത്രീ മറുപടി പറയുന്നുണ്ട്. പിന്നെ അവർ പതുക്കെ, വൃദ്ധനെ തട്ടിവിളിച്ചു. ഒരു ഞരക്കത്തോടെ വൃദ്ധൻ കണ്ണുതുറന്നു. കുഞ്ഞിപ്പയാണ്, റിയാദിൽ നിന്ന് വിളിക്കുന്നുവെന്ന് പറഞ്ഞ് മൊബൈൽ വൃദ്ധന്റെ ചെവിയോട് ചേർത്തുപിടിച്ചു. ദുർബ്ബലമായ ശബ്ദത്തിൽ അദ്ദേഹം സംസാരിച്ചു.

"ഹലോ, ഹലോ...." കിതപ്പിൽ ശബ്ദം മുറിയുന്നു. "ഞാ.. ഒന്നുല്ല.. സുഖണ്ട്. കൊഴപ്പൊന്നുല്ല." ശബ്ദത്തിൽ വൃദ്ധൻ ആരോഗ്യം അഭിനയിക്കു കയാണ്. ഫോൺ സ്ത്രീ തിരിച്ചു വാങ്ങി. "ഞാ.. പേടിക്കാനൊന്നുമില്ലെ ന്നാണ് ഡോക്ടർ പറഞ്ഞത്. ആലിപ്പൂനോടും മാനുപ്പയോടുമൊക്കെ വിവരം പറഞ്ഞാലാ. ഞാ.. ന്നാല് വെയ്ക്കട്ടെ." വൃദ്ധന്റെ മക്കളും മരുമക്ക ളുമൊക്കെ ഗൾഫിലാണെന്ന് ഉമ്മ മൊയ്തീൻ കുട്ടിക്ക് പറഞ്ഞുകൊടു ത്തിരുന്നു. കുടുംബസമേതം ഗൾഫു നാടുകളിൽ കഴിയുന്ന മക്കൾ വല്ലപ്പോഴുമേ നാട്ടിൽ വരാറുള്ളൂ. ദിവസവും രണ്ടുനേരം വിളിക്കും. എല്ലാ കാര്യത്തിനും ഈ വൃദ്ധ മാത്രം. മരുന്നിന് പോകാനും വെള്ളത്തിന്

പോകാനും ആ സ്ത്രീ ഒറ്റയ്ക്കാണ്. ഇടയ്ക്ക് ഏതെങ്കിലും ബന്ധുക്കൾ വരും. ശംസുവും യൂനുസുവുമാണ് പലപ്പോഴും സഹായം. എല്ലാവരുമുണ്ടായിട്ടും ഒറ്റക്കായിപ്പോയ വിഷമം വർത്തമാനം പറയുമ്പോഴൊക്കെ വൃദ്ധ ദമ്പതികളുടെ മുഖത്ത് കാണാമെന്ന് ഉമ്മ പറഞ്ഞു. മൊയ്തീൻ കുട്ടിയുടെ ബാപ്പയ്ക്ക് അല്പം ഉന്മേഷമൊക്കെയുണ്ട്. ഓക്സിജൻ മാസ്ക് ഒഴിവാക്കി. മുഖത്ത് നല്ല തെളിച്ചം. രണ്ടോ മൂന്നോ ദിവസത്തിനകം ഡിസ്ചാർജ്ജ് ചെയ്യാൻ പറ്റുമെന്ന് ഡോക്ടർ സൂചിപ്പിച്ചിട്ടുണ്ട്. രാത്രി, ആശുപത്രി വരാന്തയിലെ സിമന്റു തറയിൽ പായ വിരിച്ച്, മൊയ്തീൻ കുട്ടി കൊതുകിനോട് അങ്കം വെട്ടി. ഇന്നേക്ക് അഞ്ചു ദിവസമായി, ബേബിയോട് ഇതുവരെ മനസ്സ് തുറക്കാൻ പറ്റിയിട്ടില്ല.

പൊന്നു ഇപ്പോഴും അടുത്തിട്ടില്ല. അപ്പുറത്തെ കട്ടിലിൽ കിടക്കുന്ന വൃദ്ധനോടൊപ്പമുള്ള സ്ത്രീ പുറത്തേക്കുവന്നു ചെവിയിൽ ചേർത്തു വെച്ച മൊബൈൽ ഫോണിൽ അവർ ആരോടോ സംസാരിക്കുകയാണ്. സംസാരം മുറിഞ്ഞ ശേഷം അവർ പറഞ്ഞു. "മൂത്ത മോനാ.. ഒറങ്ങാൻ പോകും മുമ്പ് ഉപ്പാന്റെ വർത്താനം അറിയണം." തിരിച്ചു പോകാനൊരുങ്ങിയ വൃദ്ധ മൊയ്തീൻ കുട്ടിയെ തിരിഞ്ഞുനോക്കി.

"ങ്ങക്ക് വരാൻ പറ്റിയല്ലോ.. എന്നും ങ്ങളെ കാര്യം പറഞ്ഞാ ങ്ങളെ ബാപ്പന്റെ സങ്കടം. ന്റെ കുട്ട്യോളെ ഉപ്പാന്റെ കാര്യവും അതെന്നെ. മക്കളെ ഇടയ്ക്കിടെ ചോദിക്കും. കണ്ണടയ്ണേനു മുമ്പ് എല്ലാരേയും ഒന്നു കാണണമെന്ന തേട്ടമാണ്. കടൽ കടന്നു പോയോരെ കാര്യല്ലേ... ഇന്ന് മൂപ്പർക്ക് ലേശം കൂടുതലാ. ഞാനതൊന്നും ഓലോട് പറഞ്ഞിട്ടില്ല. വെറുതെ എന്തിനാ ഓലെ വെഷമിപ്പിക്ക്ണ്."

വൃദ്ധയുടെ വാക്കുകൾ ഇടറുന്നുവോ? അവർ അകത്തേക്കുപോയി.

മൊയ്തീൻ കുട്ടി അന്നേരം സുലൈമാനെ ഓർത്തു. കഴിഞ്ഞ വർഷമാണ് അവന്റെ ഉമ്മ അർബ്ബുദം ബാധിച്ച് മരിച്ചത്. ഏറെക്കാലമായി ആശുപത്രിയിലായിരുന്നു. സുൽഫിയിൽ നിന്ന് ഏതാനും കിലോമീറ്റർ അകലെ മസ്‌റയിൽ ജോലി ചെയ്യുന്ന സുലൈമാന് ഉമ്മയെ അവസാനമായി ഒരു നോക്ക് കാണാൻ സാധിച്ചില്ല. ചെറിയ ശമ്പളക്കാരൻ. മൂന്ന് വർഷത്തിലൊരിക്കൽ അവധി. നാട്ടിൽ പോയി വന്നിട്ട് ഏറെക്കാലം കഴിയും മുമ്പ് ഉമ്മയുടെ മാരക രോഗം സ്ഥിരീകരിച്ചു. മരുഭൂമിയുടെ ചുടിനേക്കാൾ പൊള്ളുന്ന വാർത്തയായിരുന്നു അത്. തിരുവനന്തപുരത്തും തൃശ്ശൂരുമായി ആശുപത്രികളിൽ മാറി മാറി കിടന്നു.

ആയുസ്സിന് ഡോക്ടർമാർ അവധി പറഞ്ഞിട്ടും അവന് ഉമ്മയുടെ അടുത്തെത്താൻ സാധിച്ചില്ല. സീസണായതിനാൽ തോട്ടത്തിൽ പിടിപ്പതു ജോലിയുള്ള കാലം. കഴിഞ്ഞ അവധിക്കു നാട്ടിൽ പോയി വന്ന കടങ്ങൾ തീർന്നിട്ടുമില്ല, വീണ്ടുമൊരു യാത്ര ആലോചിക്കാൻ പോലും വയ്യാത്ത നേരം. ഉമ്മ മരിച്ച ദിവസം മസ്‌റയിലെ താമസ സ്ഥലത്ത് അവൻ വാവിട്ടു കരഞ്ഞു. മൊയ്തീൻ കുട്ടി പിന്നെ, ബീരാൻ കോയയെ ഓർത്തു. കോഴിക്കോട്ടെ തെക്കേപ്പുറത്തുകാരൻ. ഭാര്യയെ പ്രസവത്തിന്

ആശുപത്രിയിൽ പ്രവേശിപ്പിച്ച വിവരത്തിന് ഫോൺ വന്നപ്പോൾ അദ്ദേഹം വലിയ സന്തോഷത്തിലായിരുന്നു. ഒരു തിങ്കളാഴ്ചയായിരുന്നു അത്. അടുത്ത വ്യാഴാഴ്ച നമുക്ക് അടിച്ചു പൊളിക്കണമെന്ന് അദ്ദേഹം കൂട്ടുകാരെ മുഴുവൻ കൊതിപ്പിച്ചു. കൊയിലാണ്ടിക്കാരൻ ബീരാൻ കുഞ്ഞിയെ വിളിച്ച് ബിരിയാണി വയ്ക്കാൻ ഏർപ്പാട് ചെയ്തു. വ്യാഴാഴ്ച ആനന്ദപ്പിറവിയുടെ വാർത്ത കേൾക്കാൻ കൊതിച്ച ബീരാൻ കോയ ആ വാർത്ത കേട്ട് ഞെട്ടി. പ്രസവത്തെ തുടർന്നുണ്ടായ അമിതമായ രക്തസ്രാവത്തിൽ പ്രിയപ്പെട്ടവൾ എന്നെന്നേക്കുമായി വിട്ടകന്നിരുന്നു.

ഓർമ്മകളും കൊതുകുകളും മൊയ്തീൻ കുട്ടിയുടെ ഉറക്കം കെടുത്തി. രാവിലെ ഉമ്മ വന്ന് വിളിച്ചുണർത്തുമ്പോൾ നേരം ഒട്ടും വെളുത്തിരുന്നില്ല. തട്ടിപ്പിടഞ്ഞെഴുന്നേറ്റപ്പോൾ ഉമ്മ പറഞ്ഞു, "വേഗം വാ.." തുണി മുറുക്കി ടോയ്‌ലറ്റിലേക്ക് നീങ്ങുമ്പോൾ ഉമ്മ വീണ്ടും പെട്ടെന്ന് "വാർഡിലേക്ക് വാ.." ബാപ്പക്ക് എന്തോ സംഭവിച്ചുവെന്നായിരുന്നു പേടി. ഓടിച്ചെന്നപ്പോൾ തൊട്ടപ്പുറത്തെ ബെഡ്ഡിലെ വൃദ്ധന്റെ നെഞ്ചിൽ വൃദ്ധ പൊട്ടിക്കരയുന്നു, "ന്നെ ഒറ്റക്കാക്കി പോയല്ലോ.." മരണം സ്ഥിരീകരിച്ച് ഡോക്ടർ പുറത്തുപോയി. വെളുത്ത തുണിയുടെ ശാന്തതയിലേക്ക് വൃദ്ധന്റെ മുഖം മറഞ്ഞു. നഴ്സിന്റെയും ഉമ്മയുടെയും വാക്കുകൾ ഭൂമിയിൽ തനിച്ചായിപ്പോയ ആ വൃദ്ധക്ക് സാന്ത്വനമാകുന്നില്ല.

വൃദ്ധയുടെ ബാഗിനകത്തെ മൊബൈൽ ഫോണിൽ അനേകം വിളികൾ കിടന്ന് ശ്വാസം മുട്ടി. ആരോടും മറുപടി പറയാൻ അവർക്ക് കഴിയുമായിരുന്നില്ല. അറ്റൻന്റർമാർ വൃദ്ധന്റെ ചേതയനറ്റ ശരീരം ആംബുലൻസിലേക്ക് എടുത്തു. നാട്ടിൽ നിന്നെത്തിയ ഏതോ ബന്ധു ക്കളുടെ കൈത്താങ്ങിൽ വൃദ്ധയും ഒപ്പം കയറി. ബാഗിനകത്തുനിന്ന് മൊബൈൽ ഫോണിന്റെ ഞരക്കം ഇപ്പോഴും കേൾക്കാം. കടലിനക്കരെ നിന്ന് മക്കൾ വിളിക്കുകയാകും. ഒന്ന് ആശ്വസിപ്പിക്കാനെങ്കിലും പ്രിയപ്പെട്ടവർ അടുത്തുണ്ടായിരുന്നുവെങ്കിൽ എന്ന് ആ വൃദ്ധ ആഗ്രഹി ക്കുന്നുണ്ടാകുമോ?

ക്രിട്ടിക്കൽ കെയർ യൂണിറ്റിൽ തിരിച്ചെത്തുമ്പോൾ ബാപ്പയുടെ നെഞ്ച് തടവുകയാണ് ഉമ്മ. വൃദ്ധന്റെ മരണം ബാപ്പയുടെ മനസ്സിൽ പുതിയ ചിന്തകളുണ്ടാക്കിയിരിക്കാം. ബാപ്പ ക്രിട്ടിക്കൽ കെയർ യൂണിറ്റി ലെത്തിയ ശേഷം മൂന്നാമത്തെ മരണമാണിവിടെ. "എപ്പളാന്ന് നിശ്ചല്ല, ഞാനും...." മൊയ്തീൻ കുട്ടിയുടെ കാലനക്കം കേട്ടപ്പോൾ വൃദ്ധൻ വിതുമ്പിപ്പോയി. ഉമ്മയുടെ ചുമലിലേക്ക് ചാഞ്ഞുകൊണ്ടാണ് അപ്പോൾ മൊയ്തീൻ കുട്ടി പൊട്ടിക്കരഞ്ഞത്.

എന്റെ രാജകുമാരിമാർ

എന്നുമുതലാണ് ഞാനൊരു രാജകുമാരിയെ സ്വപ്നം കാണാൻ തുടങ്ങിയത്?

ആദ്യം കേട്ട മുത്തശ്ശിക്കഥകളിലെ നായകന്മാരൊക്കെയും രാജകുമാരിമാരോടൊത്ത് സുഖമായി ജീവിച്ചുവെന്ന അറിവിൽ നിന്നാകാം സുഖമായി ജീവിക്കാൻ ഒരു രാജകുമാരി വേണമെന്ന് ഞാനും കൊതിച്ചു തുടങ്ങിയത്. മൂന്നാം ക്ലാസിലെത്തിയപ്പോൾ ആ രാജകുമാരി യുടെ ഛായ ഞാൻ സലീനയുടെ മുഖത്ത് കണ്ടു. ഭൂതങ്ങൾ തട്ടിക്കൊണ്ടുപോകുന്ന എന്റെ രാജകുമാരിയെ കുതിരപ്പുറത്തേറി, പറന്നു ചെന്ന് രക്ഷിച്ചുകൊണ്ടു വരുന്ന രംഗങ്ങൾ ഞാൻ സ്വപ്നം കണ്ടു. അവളുടെ പാവാടത്തുമ്പിലോ തട്ടത്തിലോ ഒന്നു സ്പർശിക്കാൻ അത്യപൂർവ്വമായി കിട്ടുന്ന അവസരങ്ങൾ എന്നെ വല്ലാതെ ആനന്ദിപ്പിച്ചു.

വളർച്ചയുടെ പടവുകളിൽ രാജകുമാരിമാരുടെ മുഖഛായകൾ പലവട്ടം മാറിക്കൊണ്ടിരുന്നു. അഞ്ചാം ക്ലാസിൽ പഠിക്കുമ്പോൾ ഷാഹിദയും ആറാം ക്ലാസിൽ പഠിക്കുമ്പോൾ സ്മിതയും ഏഴാം ക്ലാസിൽ പഠിക്കുമ്പോൾ ലൈലയും ഹൈസ്കൂളിൽ സുലുവും എന്റെ മനോരാജ്യം അടക്കി വാണു.

ഇങ്ങനെ മാറി വന്ന മുഖങ്ങളിൽ രണ്ടാമത്തേത് നസീമയുടേതാ യിരുന്നു. മലപ്പുറത്തുനിന്ന് അവധിക്കാലങ്ങളിൽ അയല്പക്കത്തെ വീട്ടിൽ വിരുന്നു വരുന്നവൾ. കുഞ്ഞിപ്പാത്തുമ്മ താത്തയുടെ അനുജത്തി. സലീനയേക്കാൾ വലിയ കണ്ണുകളായിരുന്നു അവൾക്ക്. മുത്തുകൾ അടുക്കിവെച്ച പോലുള്ള പല്ലുകൾ. സലീനയ്ക്ക്, കാണാൻ അഴംഗി യില്ലെങ്കിലും ചെറിയ കൊന്ത്രമ്പല്ലുണ്ടായിരുന്നു. സലീനയേക്കാൾ വെളുപ്പും മിനുപ്പും നസീമയ്ക്കാണ്.

നസീമ വന്നാൽ പിന്നെ കുറേ ദിവസം ഉൽസവമാണ്. കളിയും കുളിയുമൊക്കെ ഒന്നിച്ച്. ഇരുവഴിഞ്ഞിപ്പുഴയിൽ കുളിക്കുമ്പോൾ ഞങ്ങൾ തൊട്ടുകളിക്കും. വെള്ളത്തിലെ തൊട്ടുകളി നല്ല രസമാണ്. നീന്തിയും മുങ്ങാൻകുഴിയിട്ടും തൊടാൻ വരുന്നവനിൽ നിന്ന് രക്ഷപ്പെടും. ഞാൻ തൊടേണ്ടവനാകുമ്പോൾ നസീമയെ മാത്രം നീന്തിപ്പിടിക്കാനായിരുന്നു എനിക്കിഷ്ടം. വെള്ളത്തിൽ ഊളിയിട്ട് ഒരു സ്വർണ്ണമത്സ്യം പോലെ പുളഞ്ഞ് നീന്തുന്ന അവളുടെ കണങ്കാലിലോ തുടകളിലോ കവിളിലോ ചെന്ന് കൈ തൊടുമ്പോൾ, തൊട്ടവന്റെ വിജയമായിരുന്നില്ല മനസ്സിൽ. ഒരു പെണ്ണിനെ തൊടുമ്പോൾ ആണിനുണ്ടാകുന്ന മനഃസുഖം അന്നായിരി ക്കാം ആദ്യമായി അനുഭവിച്ചത്. ഒളിച്ചു കളിക്കുമ്പോൾ അവൾ ഒളിക്കുന്ന കട്ടിലിനടിയിൽ തന്നെ ഞാനും ഒളിക്കും.

അവധി കഴിഞ്ഞ് അവൾ മലപ്പുറത്തേക്ക് തിരിച്ചുപോകുമ്പോൾ മനസ്സിൽ തോന്നിയ വേദനയാകാം ഞാൻ ആദ്യം അനുഭവിച്ച വിരഹ ദുഃഖം.

പെൺകുട്ടികളുടെ അടുത്ത് ആൺകുട്ടികൾ കിടന്നുകൂടെന്ന് ആദ്യം പറഞ്ഞുതന്നത് മുംതാസാണ്. അമ്മാവന്റെ കല്യാണത്തിന്റെ തലേന്നാ യിരുന്നു അത്. അടുക്കളയോട് ചേർന്ന നീണ്ട ഇടനാഴിയിൽ എളാമ യാണ് കുട്ടികളെയെല്ലാം ഉറങ്ങാൻ കിടത്തിയത്. ഞാൻ വന്നപ്പോഴേക്കും നിലത്തു വിരിച്ച പായയിൽ കുട്ടികൾ നിറഞ്ഞു കവിഞ്ഞിരുന്നു. മുംതാസാണ് ഒറ്റത്ത് കിടക്കുന്നത്. എന്നേക്കാൾ മൂതിർന്ന അവൾ സുന്ദരിയാണ് (ഷാജഹാന്റെയും മുംതാസിന്റെയും ചരിത്രം പഠിക്കു മ്പോൾ മുംതസിന്റെ മുഖഛായ കിട്ടാൻ എനിക്ക് വേറൊരു പെണ്ണിനെ സങ്കല്പിക്കേണ്ടി വന്നിട്ടില്ല). ഞാൻ അവളുടെ അടുത്തുചെന്നു കിടന്നു. ആദ്യം അവളൊന്നു മുരണ്ടു.

"ഈ ആങ്കുട്ടി ന്താണ് പെങ്കുട്ട്യളുടെ അടുത്ത് വന്ന് കിടക്കുന്നത്?"

അതെനിക്ക് അറിഞ്ഞുകൂടായിരുന്നു. ആൺകുട്ടികൾ പെൺകുട്ടി കളുടെ അടുത്തുകിടക്കാൻ പാടില്ലെന്ന്. മാത്രമല്ല. എളാമയാണ് അവിടെ കിടന്നോളാൻ പറഞ്ഞത്. തെറ്റായ ഒരു കാര്യം എളാമ എന്നോട് ചെയ്യിക്കുമോ? മുംതാസിന്റെ മുരൾച്ച കേട്ടപ്പോൾ എനിക്ക് നാണം വന്നു. പെട്ടെന്നായിരുന്നു അവളൊരു അലർച്ച.

"ഉമ്മാ ഈ ആങ്കുട്ടി പെങ്കുട്ട്യളുടെ അടുത്തുവന്ന് കിടക്കുന്നു."

ഞാൻ പേടിച്ചുപോയി. അവൾ എഴുന്നേറ്റ് പായയിൽ കുത്തിയി രുന്നു. ഞാനും എഴുന്നേറ്റു. അപ്പോൾ അടുക്കളയിൽ നിന്ന് പെണ്ണുങ്ങളാ രോ വന്നു. ഞാനെന്തോ വലിയ തെറ്റു ചെയ്തവനെപ്പോലെ ബേജാറായി. ചുമരരികത്ത് കിടന്നിരുന്ന ഒരു കുട്ടിയെ മാറ്റിക്കിടത്തി, അടുക്കളയിൽ നിന്നു വന്ന പെണ്ണ് മുംതാസിനെ അവിടെ കിടത്തി. അവൾക്കു സമാധാനമായിക്കാണും.

മൂന്നാം ക്ലാസിൽ സ്കൂൾ പൂട്ടിയ കാലമായിരുന്നു അത്. സുന്നത്ത് കഴിഞ്ഞ എന്റെ മുറിവ് നന്നായി ഉണങ്ങിയിട്ടുണ്ടായിരുന്നില്ല. സുന്നത്ത്

കഴിഞ്ഞപ്പോൾ തന്നെ വല്യൊരു ആൺകുട്ടിയായെന്ന് എനിക്കു തോന്നിയിരുന്നു. സുന്നത്ത് കഴിഞ്ഞ് മുകളിൽ കെട്ടിത്തൂക്കിയ തുണിയുടെ കീഴെ കിടക്കുമ്പോൾ കാണാൻ വന്നവരൊക്കെ പുത്യാപ്ല എന്നായിരുന്നല്ലോ വിളിച്ചിരുന്നത്. പക്ഷേ, ഒരു പെൺകുട്ടിയുടെ അടുത്ത് കിടക്കാൻ പറ്റാത്ത വിധം വെല്യ ആങ്കുട്ടി ആയിപ്പോയെന്ന് അറിഞ്ഞത് മുംതാസിന്റെ അലർച്ച കേട്ടപ്പോഴാണ്. നാണക്കേടോടെ ഞാൻ കിടന്നുറങ്ങി. പിന്നീട് കുറേക്കാലം മുംതാസിനെ കാണുമ്പോൾ ആ നാണം എന്നെ മുറിവേല്പിച്ചിരുന്നു.

കൗമാരത്തിന്റെ എരിതീയിലേക്ക് പ്രണയത്തിന്റെ എണ്ണയുമായി വന്നത് എന്റെ ഉണ്ണിമോളാണ്. അവളെന്റെ മനോരാജ്യത്തിലെ രാജകുമാ രിയായി. സുഖമായി ജീവിക്കാൻ അവളെന്നും കൂടെയുണ്ടാകുമെന്ന് ഞാൻ കൊതിച്ചു.

അവളെ ആദ്യം കണ്ടത് നല്ല നിലാവുള്ള ഒരു രാത്രിയിലായിരുന്നു. തൊട്ടടുത്ത ഗ്രാമത്തിലെ ഒരു ക്ലബ്ബിന്റെ വാർഷികം. നാടകം കാണാൻ കൂട്ടുകാരൊത്തു പോയതാണ്. പത്താം ക്ലാസ് കഴിഞ്ഞ വർഷം. പെണ്ണു ങ്ങളുടെ സൈഡിലാണ് ഞങ്ങൾ ആദ്യമേ സ്ഥലംപിടിച്ചത്. പരിപാടി കളുടെ ഇടവേളകളിൽ വെളിച്ചം തെളിയുമ്പോൾ സുന്ദരിമാരുടെ കണ്ണു കളുടെ തിളക്കം കാണാം. ഒരു നോട്ടത്തിന് പകരം കിട്ടുന്ന പുഞ്ചിരിയിൽ നിർവൃതി കൊള്ളാം. ചിലപ്പോൾ ഒരു തുറിച്ചു നോട്ടത്തിന്റെ ചമ്മലിൽ കണ്ണുകൾ പിൻവലിക്കേണ്ടിയും വരാം.

നാടകത്തിൽ ഒരു രംഗം തീർന്ന് കർട്ടൻ വീണു. ട്യൂബ് ലൈറ്റു കളുടെ ധാരാളിത്തത്തിൽ തിളങ്ങുന്ന പെൺമുഖങ്ങളിൽ ഒരു പുഞ്ചിരി തിരയുകയായിരുന്നു ഞാൻ. ഉച്ചഭാഷിണിയിൽ അപ്പോൾ നഖക്ഷത ങ്ങളിലെ ഹിറ്റ്ഗാനം ഒഴുകി വരുന്നു.

'ആരേയും ഭാവ ഗായകനാക്കും ആത്മസൗന്ദര്യമാണ് നീ..'

ആകാശത്തുനിന്ന് നിലാവെളിച്ചം താണിറങ്ങുന്നു. ഭൂമിയിൽ കണ്ണഞ്ചിക്കുന്ന ട്യൂബ്ലൈറ്റുകളുടെ വെളിച്ച പ്രളയം.

അപ്പോൾ പെണ്ണുങ്ങളുടെ ഭാഗത്തുനിന്ന് ആരോ എന്റെ പേർ വിളിച്ചു. നോക്കുമ്പോൾ നൂർജഹാൻ. അകന്ന ബന്ധുവാണ്. ഒരുപാട് മുമ്പ് കണ്ടതാണ്. വായിനോട്ടം അവൾ കണ്ടുപിടിച്ചോ എന്ന ചമ്മലുമായി നില്ക്കുമ്പോൾ അവളുടെ പിന്നിൽ തിളങ്ങുന്ന വലിയ രണ്ട് കണ്ണുകൾ. ഇതാരാണെന്ന് ഞാൻ നൂർജഹാനോട് ചോദിക്കാനൊരുങ്ങുകയായിരുന്നു. അപ്പോൾ ആ കണ്ണുകളുടെ ഉടമ എന്നോട് ചോദിച്ചു.

"ഓർമ്മയുണ്ടോ?"

ഓർമ്മയില്ലായിരുന്നു. ഓർമ്മക്കുറവിനോട് അത്രയും വെറുപ്പു തോന്നിയ നിമിഷം വേറെ ഉണ്ടായിട്ടുണ്ടാകില്ല. അപ്പോൾ നൂർജഹാൻ ആ ചോദ്യം പൂരിപ്പിച്ചു.

"നിനക്ക് ഓർമ്മയില്ലേ? കുഞ്ഞാത്തയുടെ മോള്."

നൂർജഹാന്റെ ജ്യേഷ്ഠത്തിയുടെ മോളാണ്. ഉണ്ണിമോൾ. ഞാൻ

അവളെ വളരെ ചെറുപ്പത്തിൽ കണ്ടതാണ്. ഉമ്മയുടെ കൂടെ പണ്ടെന്നോ അവരുടെ വീട്ടിൽ പോയപ്പോൾ.

നാടകം കഴിഞ്ഞു വീട്ടിലെത്തുമ്പോഴേക്കും നാടകത്തിന്റെ കഥ ഞാൻ മറന്നു പോയിരുന്നു. മനസ്സിൽ അവൾ മാത്രം. ഉണ്ണിമോൾ. എന്റെ രാജകുമാരി.

അടുത്തൊരു ദിവസം, അവസരമുണ്ടാക്കി ഞാൻ നൂർജഹാന്റെ വീട്ടിൽ ചെന്നു. അവിടെ നിന്നാണ് ഉണ്ണിമോൾ സ്കൂളിൽ പോകുന്നത്. പത്താം ക്ലാസിലായിരുന്നു അവൾ. അവൾക്കു കൊടുക്കാൻ എഴുതിവെച്ച പ്രണയലേഖനം കീശയിലുണ്ട്. ഞാൻ കോലായിലേക്ക് കയറി. ഓഫീസ് റൂമിന്റെ വാതിൽ ചാരിയിട്ടേ ഉണ്ടായിരുന്നുള്ളൂ. അവിടെ മേശപ്പുറത്ത് ഉണ്ണിമോളുടെ പുസ്തകങ്ങൾ. അവ മറിച്ചു നോക്കിക്കൊണ്ട് ഞാൻ കസേരയിലിരുന്നു. ഒരു നോട്ടുപുസ്തകത്തിൽ നക്ഷത്രങ്ങളിലെ നായകൻ വിനീതിന്റെ ചിത്രം. ഇവൾ ആളു കൊള്ളാമല്ലോ എന്ന് ചിന്തിച്ചുകൊണ്ടിരിക്കെ, പിന്നിൽനിന്ന് ആരോ വന്ന് എന്റെ കണ്ണുപൊ ത്തി. പൊത്തിയ കൈകൾ തപ്പി നോക്കിയപ്പോൾ ആ കൈത്തണ്ടയിലെ കുപ്പിവളകൾ വിരലിലുടക്കി. ഒരിക്കലും അത് ഉണ്ണിമോളാകുമെന്ന് ഞാൻ കരുതിയില്ല. എന്നാൽ അത് അവളായിരുന്നു.

അവൾ കൈയെടുത്തപ്പോൾ സ്വതന്ത്രമായ കണ്ണുകൾകൊണ്ട് ഞാൻ അവളുടെ കണ്ണുകളിലേക്ക് നോക്കി.

"എന്താണ് ഈ വഴിയൊക്കെ വരാൻ തോന്നിയത്?"

അവൾ ചോദിക്കുകയാണ്. അവളുടെ പെരുമാറ്റം നല്കിയ ധൈര്യത്തിൽ ഞാൻ പറഞ്ഞു.

"നിന്നെ കാണാൻ."

വിശ്വാസം വരാതെ അവൾ ചോദിച്ചു.

"എന്നെ കാണാനോ?"

"അതെ."

"അത് വെറുതെ."

"അല്ല, സത്യം."

"ഞാൻ വിശ്വസിക്കില്ല."

"ഒരു സാധനം തന്നാൽ വിശ്വസിക്കുമോ?"

"എന്തു സാധനം?"

"വിശ്വസിക്കുമോ ഇല്ലയോ?"

"ആദ്യം സാധനം താ.."

ഞാൻ കീശയിൽ നിന്ന് പ്രണയലേഖനം എടുത്തു അവൾക്ക് കൊടുത്തു. കൈക്ക് നേരിയ വിറയൽ ഉണ്ടായിരുന്നുവോ? അവൾ കാണിച്ച അടുപ്പവും സ്വാതന്ത്ര്യവുമാണ് അത്രയും ധൈര്യമായി ആ പ്രണയലേഖനം കൈമാറാൻ കഴിഞ്ഞത്. അപ്പോഴേക്കും നൂർജഹാനും അവളുടെ ഉമ്മയും മുറ്റത്തെത്തിയിരുന്നു. ഉണ്ണിമോൾ കത്ത് നോട്ടുപുസ തകത്തിലെവിടെയോ ഒളിപ്പിച്ചു.

ഉണ്ണിമോളുടെ ഫോട്ടോ പെട്ടിയിൽ സൂക്ഷിച്ചതാണ് ഇസ്ലാമിയാ കോളേജിൽ പഠിക്കുമ്പോൾ ഞാൻ ചെയ്ത ഏറ്റവും വലിയ അപരാധം. സഹപാഠികൾക്കിടയിൽ അതെന്നെ വല്ലാതെ അപമാനിതനാക്കി.

മാധ്യമത്തിൽ ജേർണലിസ്റ്റ് ട്രെയിനിയായി ജോയിന്റ് ചെയ്ത് അധിക നാളായിരുന്നില്ല. ജോലിയും വരുമാനവുമൊക്കെയായെന്ന് കരുതിയാകും ഒരു ദിവസം കുഞ്ഞാത്തയും അളിയനും കോഴിക്കോട് ഇന്റോർ സ്റ്റേഡിയത്തിന് എതിർവശത്തുള്ള കാഞ്ചാ ബിൽഡിങ്ങിൽ പ്രവർത്തിച്ചിരുന്ന ബ്യൂറോയിൽ കയറിവന്നു. ഞാൻ അമ്പരന്നുപോയി. ഉണ്ണിമോളുടെ കല്യാണക്കാര്യം പറയാൻ വന്നതാണ് അവർ. ആലോചനകൾ വന്നപ്പോൾ നൂർജഹാനാണ് ഞങ്ങൾ തമ്മിലുള്ള അടുപ്പത്തെ ക്കുറിച്ച് പറഞ്ഞത്. അല്ലെങ്കിലും അവർക്കറിയാമായിരുന്നുവല്ലോ.

നിക്കാഹ് എങ്കിലും ചെയ്തുവെക്കണമെന്ന് കുഞ്ഞാത്തയും അളിയനും വാശിപിടിച്ചു.

ഞാൻ അപ്പോൾ രണ്ടു മുറികൾ മാത്രമുള്ള എന്റെ വീടിനെക്കുറിച്ച് ഓർത്തു. കല്യാണ പ്രായമായ പെങ്ങളെ ഓർത്തു. താഴെയുള്ള എട്ട് സഹോദരങ്ങളെ ഓർത്തു. ഗ്രാമത്തിൽനിന്ന് കോഴിക്കോട്ട് നിത്യവും വന്നുപോകാൻ വണ്ടിക്കൂലിക്കുപോലും തികയാത്ത ജേർണലിസ്റ്റ് ട്രെയിനിയുടെ സ്റ്റൈപ്പെന്റിനെ കുറിച്ച് ഓർത്തു. ഇരുപത് വയസ്സു മാത്രമുള്ള എനിക്ക് അപ്പോൾ കല്യാണത്തെക്കുറിച്ച് ആലോചിക്കാൻ സാധിക്കുമായിരുന്നില്ല. പത്തൊമ്പത് വയസ്സുള്ള ഉണ്ണിമോൾക്ക് എനി ക്കായി ഇനിയും കാത്തുനില്ക്കാനും കഴിയുമായിരുന്നില്ല.

ഓഫീസിനു താഴത്തെ ഹോട്ടലിൽനിന്ന് ചായ കുടിച്ച് പിരിയുമ്പോൾ കുഞ്ഞാത്തയുടെയും അളിയന്റെയും മനസ്സിൽ നിരാശയായിരുന്നുവോ ദേഷ്യമായിരുന്നുവോ? അതോ മകളെ പ്രേമിച്ച അധീരനായ കാമുകനോ ടുള്ള പുച്ഛമോ?

പിന്നീട് ഉണ്ണിമോളെ കാണാൻ ഞാൻ പോയിട്ടില്ല. ഒരു ക്ഷമാപണ ത്തിന് പോലും ഞാൻ അവളുടെ മുന്നിൽ പോയില്ല. രണ്ടു വർഷം മുമ്പുള്ള ഒരവധിക്കാലത്ത് നൂർജഹാന്റെ ഉമ്മയെ രോഗക്കിടക്കയിൽ കാണാൻ ചെന്നപ്പോൾ ഞാൻ നൂർജഹാനോട് ഉണ്ണിമോളെക്കുറിച്ച് ചോദിച്ചു.

"അവൾക്ക് സുഖമാണ്. മോളുടെ കല്യാണം കഴിഞ്ഞു. മോൻ പത്താം ക്ലാസിൽ പഠിക്കുന്നു." നൂർജഹാൻ പറഞ്ഞു.

കാലം എത്ര പെട്ടെന്നാണ് പോയ്മറഞ്ഞത്. ദാമ്പത്യത്തിന്റെ പൊരുത്തക്കേടുകൾ വല്ലാതെ ശ്വാസം മുട്ടിക്കുമ്പോൾ ഞാൻ വെറുതെ ഉണ്ണിമോളെ ഓർക്കും. അവളുടെ ശാപമായിരിക്കുമോ ഈ പൊരുത്ത ക്കേടുകളുടെ പൊരുതികേട്? ഒരിക്കലുമാകില്ല. എന്റെ ഉണ്ണിമോൾക്ക് എന്നെ ശപിക്കാൻ സാധിക്കില്ലല്ലോ!

ങള് ന്തേലും കഴിച്ചോ?

അറേബ്യൻ വേനലിന്റെ കടുപ്പം കത്തിനിന്ന ഒരു രാത്രിയിലാണ് ആദ്യമായി ജിദ്ദയിൽ വിമാനമിറങ്ങിയത്. ആ ചൂടിൽ ശരീരം പൊള്ളി. ഗൃഹാതുരത്വത്തിന്റെ ചൂട് അതിനേക്കാൾ കഠിനമായി മനസ്സിനെ പൊള്ളിച്ചുകൊണ്ടിരുന്നു. കമ്പനി ഏർപ്പാട് ചെയ്ത ഹോട്ടൽ മുറിയിൽ പെട്ടിയും ബാഗും കൊണ്ടുവെച്ച്, നേരെ തൊട്ടടുത്ത ടെലിഫോൺ ബൂത്തിലേക്ക് പോയി. മൊബൈലുകൾ പ്രചാരത്തിലായിട്ടില്ല. കുറേ നേരം ക്യൂ നിന്നശേഷമാണ് നാട്ടിലേക്ക് ലൈൻ കിട്ടിയത്. അങ്ങേ ത്തലയ്ക്കൽ ഭാര്യയുടെ മൗനം മാത്രം. വേർപാടിന്റെ വേദന അവളുടെ വാക്കുകളെ തടഞ്ഞുകൊണ്ടിരുന്നു. എന്നിട്ടും അവൾ ചോദിച്ചു.

"ങള് എന്തെങ്കിലും കഴിച്ചോ?"

മുറിഞ്ഞെത്തിയ ആ വാക്കുകളിൽ അവളുടെ മുറിയാത്ത സ്നേഹവും ശ്രദ്ധയുമുണ്ടായിരുന്നു.

വീട് വിട്ടുപോകുന്നവരുടെ പ്രധാന പ്രശ്നം ഭക്ഷണമാണ്. പല നാട്ടിൽ പല ഭക്ഷണ രീതികൾ. അത് നാക്കിന് പിടിച്ചു കിട്ടാൻ സമയമെ ടുക്കും. എവിടെ പോയാലും വീട്ടിലെത്തി, സ്വന്തം മണ്ണിന്റെ മണമുള്ള ആഹാരം കഴിക്കുമ്പോൾ കിട്ടുന്ന സംതൃപ്തി വേറെ തന്നെയാണ്. അത് വീട്ടിലുള്ളവർക്ക് തിരിച്ചറിയാൻ കഴിയും. അതുകൊണ്ടാണ് നാടു വിട്ടുപോയി ഒരുപാട് വർഷങ്ങൾക്കു ശേഷം, മുന്നറിയിപ്പില്ലാതെ തിരിച്ചു വരുമ്പോൾ പാത്രത്തിൽ ചോറ് വിളമ്പി വൈക്കം മുഹമ്മദ് ബഷീറിനെ ഉമ്മ കാത്തിരുന്നത്. ചെന്നു പറ്റുന്ന നാടുകളിൽ നമുക്ക് ആഹാരം തരാൻ ആരുണ്ടാകുമെന്ന് വീട്ടുകാർ എപ്പോഴും വേവലാതിപ്പെടുന്നു.

ഹോട്ടലിൽ തിരിച്ചെത്തിയപ്പോൾ ഭാര്യയുടെ ചോദ്യത്തിന്റെ പൊരുളറിഞ്ഞു. മൊറോക്കൻ ഭക്ഷണമാണ് ആ ഹോട്ടലിലുണ്ടായിരു

ന്നത്. ആടും കോഴിയും ചേറും കറികളുമൊക്കെ ഉണ്ടെങ്കിലും ഒന്നും മുമ്പ് കഴിച്ചതല്ല. കണ്ടതുമല്ല. ഫലം ആ രാത്രി അർദ്ധ പട്ടിണി. ആപ്പിളിന് മാത്രമേ ഇന്ത്യൻ മുഖച്ഛായയുള്ളൂ. മുന്തിരിക്കും വാഴപ്പഴത്തിനും പോലും ഒട്ടും പരിചയമില്ലാത്ത മുഖച്ഛായ. എങ്കിലും ആ പഴങ്ങളാണ് അന്നത്തെ വിശപ്പിനെ പാതി മാറ്റിത്തന്നത്. പിറ്റേന്നും അതുതന്നെ സ്ഥിതി. മെനുകാർഡിൽ പേര് അറിയുന്ന ഒരു ഭക്ഷണവുമില്ല. കമ്പനി യിൽ നേരത്തെവന്ന കൂട്ടുകാർ ഞങ്ങളെ കാണാൻ വന്നിരുന്നു. അവർ അപ്പോഴേക്കും വിദേശ ഭക്ഷണങ്ങളുടെ ആരാധകരായി കഴിഞ്ഞവരാണ്. ഞങ്ങളുടെ പറ്റിൽ അവർ അവിടുത്ത ഭക്ഷണം ആസ്വദിച്ചു കഴിഞ്ഞു. ഞങ്ങൾ തൊട്ടടുത്തുള്ള അത്തോളിക്കാരൻ കോയക്കയുടെ ഹോട്ടലിൽ പോയി പുട്ടും കടലയും തിന്നു. ഉച്ചയ്ക്ക് ചോറും മീൻ കറിയും കഴിച്ചു. രാത്രി തരംപോലെ പൊറോട്ടയോ ചപ്പാത്തിയോ കഴിച്ചു.

ചെന്നെത്തിയ നാടിന്റെ ഭക്ഷണരീതി തിരിച്ചുപോരുവോളം ഞാൻ ശീലിച്ചില്ല. എങ്കിലും അറേബ്യൻ ഭക്ഷണത്തിന്റെ രുചികൾ പതുക്കെയാ ണെങ്കിലും നാവിന് പിടിച്ചുതുടങ്ങിയിരുന്നു. ഖുബ്ബൂസും (റൊട്ടി) മന്തിയും ബുഖാരിയും മദ്ഹൂത്തും (കോഴിയോടൊപ്പം പ്രത്യേകം പാകം ചെയ്ത ചോറുകൾ) പിന്നീട് നന്നായി തന്നെ രുചിക്കാൻ തുടങ്ങി. ഇത്തരം ഭക്ഷണങ്ങളൊക്കെ വലിയ ദൗർബല്യമായി മാറിയ എത്രയോ മലയാളി കളുണ്ട്. ആഴ്ചയിലൊരിക്കൽ ബ്രോസ്റ്റഡ് ചിക്കൻ കഴിച്ചില്ലെങ്കിൽ വട്ടായിപ്പോകുമെന്ന് പറയുന്ന ഒരു മലയാളി വീട്ടമ്മയെ പരിചയമുണ്ട്.

കുറച്ചു വർഷം അറേബ്യയിൽ വളർന്നതുകൊണ്ടാകാം, കുട്ടികൾ ഇപ്പോഴും ഇടയ്ക്ക് ബ്രോസ്റ്റോ ഷാവർമ്മയോ പിസയോ വേണമെന്ന് പറയുമ്പോൾ വല്ലാത്ത ജാള്യം തോന്നും. ആവശ്യം കേട്ടില്ലെന്ന് നടിച്ച് വാങ്ങിക്കൊടുക്കാതിരിക്കാൻ എന്റെ മലയാളിത്തം വാശിപിടിക്കും. അവരുടെ ബാല്യ കൗതുകങ്ങളിലെ ഭക്ഷണങ്ങളിൽ അവയൊക്കെ ഉൾപ്പെട്ടുപോയി.

വീട്ടിലുള്ളവരെ ഭക്ഷണമൂട്ടാൻ വീടുവിട്ടു പോന്നവന്റെ ഭക്ഷണ പ്രശ് നം പക്ഷേ, വലിയ പ്രശ്നം തന്നെയാണ്. അവസരമാണ് ആവശ്യത്തിന്റെ മാതാവ് എന്ന് പറഞ്ഞപോലെ, പലരും സ്വയം പാചക വിദ്യ പഠിക്കുന്നു. ഒരു ചായ പോലും ഇടാൻ അറിയാത്തവൻ വലിയ പാചകക്കാരനാകു ന്നത് കണ്ടിട്ടുണ്ട്. സ്വന്തം ആവശ്യത്തിനല്ലാതെ, ഒരു തൊഴിലെന്ന രീതിയിൽ അത് പരിശീലിച്ച് ഉപജീവനം തേടുന്നവരുമുണ്ട്. നാട്ടിൽനിന്ന് കഞ്ഞിപോലും വെച്ചിട്ടില്ലാത്തവൻ ഇവിടെവന്ന് ബിരിയാണി വരെ വയ്ക്കും. അനധികൃതമായി ഗൾഫ് നാടുകളിൽ തങ്ങുന്ന പലർക്കും എളുപ്പം പഠിക്കാൻ കഴിയുന്ന വിദ്യയാണ് പാചകം. ചെറിയ രീതിയി ലെങ്കിലും പാചകമറിയുന്നവർക്ക് തൊഴിലവസരവും അനവധി. ഇങ്ങനെ ഗൾഫിലെത്തി പാചകം പഠിച്ച് പല സ്ഥലങ്ങളിലായി ജോലി ചെയ്ത് പണം സമ്പാദിക്കുന്ന നിരവധി പേരുണ്ട്.

ജിദ്ദയിൽ ഒരു ചൊല്ലു തന്നെയുണ്ട്. മദീനാ റോഡ് മുറിച്ചു

കടക്കാനും മലയാളിക്ക് മെസ്സ് വെക്കാനും പറ്റില്ലെന്ന്. സത്യമാണ്. മലയാളികളുടെ ഒരു മെസ്സിൽ ആറ് നാട്ടുകാരും നൂറ് രുചിക്കാരുമാകും. കണ്ണൂരുകാരന്റെ രുചിയല്ല മലപ്പുറത്തുകാരന്റേത്. തൃശൂരുകാരനും തിരുവിതാംകൂറുകാരനും വേറെ വേറെ രുചി. പല നാട്ടുകാരെ ഒരേ രുചി പരിശീലിപ്പിക്കാൻ പാചകക്കാരൻ പെടാപ്പാടു പെടും. ആ അഭ്യാസം പഠിക്കുന്ന കുക്കിന് ഒരു സെക്കന്റ് ഇടതടവില്ലാതെ 180 കിലോ മീറ്റർ സ്പീഡിൽ വാഹനങ്ങൾ ചീറിപ്പായുന്ന മദീനാ റോഡും മുറിച്ചുകടക്കാം.

മെസ്സിന്റെ അരുചികൾ ഭയന്നാണ് പലരും സ്വയം പാചകക്കാരനായി ചമയുന്നത്. അങ്ങനെയൊരു സാഹസത്തിന് ഞാനും മുതിർന്നു. ചായ പോലും ഇടാനറിയയില്ലെങ്കിലും മീനും കോഴിയും ബീഫും വെച്ചു. ആഴ്ചയിലൊരു ദിവസമാണ് ഊഴം. അന്ന് വട്ടമിട്ടിരുന്നു കൂട്ടുകാർ എന്റെ കൈപ്പുണ്യമുണ്ണുന്നത് അമ്പരപ്പോടെ ഞാൻ നോക്കിനില്ക്കും.

മക്കയിലെ ഒരു ഇന്തോനേഷ്യൻ ഹോട്ടലിൽ ചെന്നപ്പോഴാണ് അതു പോലെ അമ്പരന്നത്. മലയാളത്തിന്റെ ഭക്ഷണങ്ങളിൽ മാത്രം വിശപ്പ് മാറുന്നവനാണ് ഞാൻ. കൂട്ടുകാരൻ നടത്തുന്ന ആ ഹോട്ടൽ കാണാൻ വെറുതെ പോയതാണ്. അവിടുത്തെ പാചകക്കാർ മുഴുവൻ മലയാളികൾ. അവിടെയിരുന്ന് രുചിയോടെ ഭക്ഷണം കഴിക്കുന്നവർ മുഴുവൻ ഇന്തോനേഷ്യക്കാർ. അല്ലെങ്കിൽ ഇന്തോനേഷ്യൻ വംശജരായ സൗദി കൾ. സത്യത്തിൽ അതിൽ അത്ഭുതപ്പെടേണ്ടതില്ല. കാരണം അറേബ്യ യിലെ മിക്ക ഹോട്ടലുകളിലും പാചകക്കാർ മലയാളികൾ തന്നെ. അവർ മന്തിയും ബുഖാരിയും മദ്ഹൂത്തുമൊക്കെ നന്നായി പാചകം ചെയ്യും. പ്രവാചകൻ സാലിഹിന്റെ ചരിത്രമുറങ്ങുന്ന മദാഇൻ സാലിഹിലെ സ്റ്റാർ ഹോട്ടലിൽ ചെന്നപ്പോൾ അവിടുത്തെ പ്രധാന പാചകക്കാരൻ എന്റെ അയൽവാസിയാണ്. ആ ഹോട്ടലിന്റെ കലവറയിൽ വിവിധ അറേബ്യൻ നാടുകളിലെ ഭക്ഷണ രുചികളുടെ അവസാന വാക്ക് അദ്ദേഹമാണ്. അറേബ്യയിലെ വിദൂര ഗ്രാമങ്ങളിലൊക്കെ യാത്ര ചെയ്യുമ്പോൾ അവിടു ത്തെ വഴിയോര ഹോട്ടലുകളിലെല്ലാം അടുക്കളയിൽ മലയാളികളുടെ സാന്നിദ്ധ്യമുണ്ട്. അതാണല്ലോ കേരളത്തിലെ ഗ്രാമങ്ങളിൽ പോലും ഇത്തരം ഭക്ഷണങ്ങൾ ലഭ്യമാകുന്നത്.

കഴിഞ്ഞ ദിവസം എന്റെ കൂട്ടുകാരി വിളിച്ചപ്പോൾ പറഞ്ഞതും അതാണ്. ഭാര്യ രണ്ടാഴ്ച ഒരു ചികിത്സയിലായിരുന്നു. അപ്പോഴാണ് അവൾ വിളിച്ചത്. ഭക്ഷണത്തിന് എന്തു ചെയ്യുമെന്ന് ചോദിച്ചപ്പോൾ ഞാൻ തറവാട്ടിൽ ഉമ്മയുടെ അടുത്തു പോകുമെന്ന് പറഞ്ഞു.

"അതെന്താ നിനക്ക് കുക്ക് ചെയ്യാൻ വയ്യേ?"

"ഹേയ്.. എനിക്ക് അതൊന്നും അറിയില്ല."

"പത്ത് വർഷം ഗൾഫിൽ കഴിഞ്ഞിട്ടും നീ അതൊന്നും പഠിച്ചില്ലേ?"

"ഗൾഫിലെന്താ കുക്കിങ് ക്ലാസിന് പോയതായിരുന്നോ ഞാൻ?"

"അതല്ല, ഇവിടുത്തെ മൂപ്പരൊക്കെ ബിരിയാണിവരെ വയ്ക്കും. ഗൾഫിൽ പോകുമ്പോൾ ചായ ഇടാൻ പോലുമറിയില്ല. എന്റെ

ആങ്ങളമാരും അതെ. അവരും നന്നായി വയ്ക്കും. ചിക്കനും മട്ടനുമൊക്കെ അവർ വെച്ചാൽ പ്രത്യേക രുചിയാണ്."

അത് സത്യമാണ്. ഞാൻ അവളോട് വെറുതെ തർക്കിച്ചെന്നേയുള്ളൂ. ചെലവു ചുരുക്കാൻ മാത്രമല്ല, മനസ്സറിഞ്ഞ് ഭക്ഷണം കഴിക്കാമെന്ന വിചാരം കൊണ്ടു കൂടിയാണ് പലരും സ്വയം പാചകത്തിലേക്ക് തിരിയുന്നത്. ചോറും കറിയും മാത്രമല്ല അറേബ്യൻ ഭക്ഷണവും ഇവർ നന്നായി വയ്ക്കും.

ഭാഷ പോലെ പാചക രീതിയും മലയാളി എളുപ്പം പഠിച്ചെടുക്കുന്നു. അറേബ്യയിലെത്തുന്ന മലയാളി എത്ര വേഗമാണ് അറബി സംസാരിക്കാൻ ശീലിക്കുന്നതും. ഉർദ്ദുവും അവന് എത്രയും വേഗം വഴങ്ങുന്നു. അതുപോലെയാണ് ചായ, ചോറ്, കറി തുടങ്ങി മുന്തിയ വിഭവങ്ങൾ വരെ പാകം ചെയ്യാൻ അവൻ പഠിച്ചെടുക്കുന്നത്.

പ്രാതൽ കഴിക്കാതിരിക്കുകയാണ് പ്രവാസിയുടെ പൊതുരീതി. പലതരം അസുഖങ്ങളിലേക്കുള്ള ആദ്യ വാതിൽ തുറക്കുന്നത് ഈ പ്രാതൽ നിരാസമാണെന്ന് അവർ തിരിച്ചറിയുന്നില്ല. പ്രാതൽ കഴിക്കുന്നവരാകട്ടെ ഒരു സാൻഡ് വിച്ചിൽ ഒതുക്കും. ഉച്ചയ്ക്ക് ചോറും കറിയും മീൻ പൊരിച്ചതും. വൈകുന്നേരം ഒരു കറി വെച്ചാൽ മതി. കൂട്ടിത്തിന്നാൻ അറേബ്യയുടെ ജനകീയ ഭക്ഷണമായ ഖുബ്ബൂസ് പുറത്തുനിന്ന് വാങ്ങാം.

ഗൾഫിലെത്തി എട്ടും പത്തും പന്ത്രണ്ടും മണിക്കൂറുകൾ ജോലി ചെയ്യുന്ന തൊഴിലാളികളാണ് പാചകം ചെയ്യാനും സമയം കണ്ടെത്തുന്നത്. വിശപ്പടക്കുക എന്ന പ്രാഥമിക ലക്ഷ്യത്തിന് അപ്പുറം പലരും പാചക കലയിൽ അതിനിപുണന്മാരായി മാറുന്നുണ്ട്. തൊഴിലിനിടയിലെ ചെറിയ ഇടവേളകളിൽ ഭക്ഷണമുണ്ടാക്കി കഴിക്കുന്ന കൂട്ടുകാരുടെ താമസസ്ഥലങ്ങളിൽ പലപ്പോഴും വിരുന്നുകാരനായി പോകേണ്ടി വരാറുണ്ട്. അപ്പോഴൊക്കെ അല്പം ജാള്യത്തോടെയാണ് ആ ഭക്ഷണം കഴിച്ചിട്ടുള്ളത്.

നീണ്ട വർഷങ്ങൾക്കുശേഷം തിരിച്ചെത്തുന്ന പ്രവാസിയുടെ പ്രധാന സമ്പാദ്യം പലതരം രോഗങ്ങളായിരിക്കുമല്ലോ. രക്തസമ്മർദ്ദം, കൊളസ്ട്രോൾ, പ്രമേഹം, വൃക്കരോഗം, കരൾ രോഗം. ഇപ്പോൾ ചെറുതല്ലാത്ത തോതിൽ കാൻസറിനും പ്രവാസികൾ അടിപ്പെടുന്നത് ശ്രദ്ധയിൽ പെട്ടിട്ടുണ്ട്. ജീവിത, ഭക്ഷണ രീതികളിലെ പൊരുത്തക്കുറവാണ് പലരേയും രോഗികളാക്കുന്നത്.

അവനവനുവേണ്ട ഭക്ഷണം അവനവനുതന്നെ പാചകം ചെയ്യാൻ സാധിച്ചാൽ വിശപ്പിനെ മാത്രമല്ല, രോഗങ്ങളേയും മാറ്റിനിർത്താം. പ്രവാസം മതിയാക്കണമെന്ന് എന്നെങ്കിലും തോന്നുമ്പോൾ പ്രിയപ്പെട്ടവരുടെ അരികിലേക്ക് ആരോഗ്യത്തോടെ തന്നെ തിരിച്ചുവരാം.

കെ ടിയുടെ ഓർമ്മയ്ക്ക്

തൊള്ളായിരത്തി എൺപത്തൊന്നിലാണെന്നാണ് ഓർമ്മ. സിനിമകൾ അധികം കണ്ടിട്ടില്ലാത്ത കാലം. നാടകങ്ങളുമില്ല. കവുങ്ങിന്റെ പട്ടകൊണ്ട് മറച്ചുകെട്ടി, നാടോടി കലാകാരന്മാർ നടത്തുന്ന വെള്ളരി നാടകങ്ങളും റെക്കോർഡ് ഡാൻസുകളും കൺകെട്ടു വിദ്യകളും സർ ക്കസ് അഭ്യാസങ്ങളുമാണ് അക്കാലത്ത് ആസ്വാദിച്ചിരുന്ന കലാരൂപങ്ങൾ. ഒരു ദിവസം കല്ലുരുട്ടിയിൽ നിന്ന് മുന്നൂരിലേക്ക് വരുമ്പോൾ മണാശ്ശേ രിയിലാണ് ആ നോട്ടീസ് കണ്ടത്. മുക്കം മൈക്കോ ക്ലബ്ബിന്റെ വാർഷികം. കെ ടി മുഹമ്മദിന്റെ നാടകം കാഫർ.

വെള്ളരി നാടകങ്ങൾക്ക് പോയാൽ തന്നെ മദ്‌റസയിൽനിന്ന് മോല്യാരുടെ തല്ല് കിട്ടും. മൗലവിയാണെങ്കിലും അത്തരം പരിപാടികൾക്ക് പോയതിന് ബാപ്പ വഴക്ക് പറഞ്ഞതായി ഓർമ്മയില്ല. മദ്‌റസയിലും സ് കൂളിലും പോകാതെ, കാട്ടിലോ പുഴവക്കത്തോ പോയി നേരം കളയുന്ന ദിവസങ്ങളിൽ, വിവരം വീട്ടിലറിഞ്ഞാൽ പൊതിരെ തല്ലുകിട്ടാറുണ്ട്. പുല്പറമ്പിലും കാവുങ്ങൽ ഇണ്ണിരീയുടെ പീടികക്ക് അപ്പുറത്ത് പുഴവക്കത്തുമാണ് പാലം വെള്ളരിക്കാർ സാധാരണ തമ്പ് കെട്ടുന്നത്. റെക്കോർഡ് ഡാൻസാണ് പ്രധാന ഇനം. പെൺവേഷം കെട്ടിയ ആണു ങ്ങൾ അക്കാലത്തെ ഹിറ്റ് സിനിമാ പാട്ടുകളുടെ താളത്തിനൊത്ത് നൃത്തം ചെയ്യും. രാവിലെ പുഴക്കടവിലോ അങ്ങാടിയിലെ ചായക്കടയിലോ കാണുമ്പോഴായിരിക്കും ഡാൻസുകാരി പെണ്ണല്ല, ആണാണ് എന്ന് ബോദ്ധ്യപ്പെടുക.

മിമിക്രിക്കാരും കോമഡിക്കാരും ഒന്നും പ്രചാരത്തിലില്ലാത്ത അക്കാലത്ത് ഇവർ അവതരിപ്പിക്കുന്ന നാടകം ഉൾപ്പെടെ ഹാസ്യ കലാപ്രകടനങ്ങൾ കണ്ട് തലയറഞ്ഞ് ചിരിച്ചിട്ടുണ്ട്. കഥാപ്രസംഗത്തിന്റെ

റെക്കോർഡ് വെച്ച് കഥ പറയുമ്പോലെ ഒരാൾ അഭിനയിക്കും. അപ്പോൾ സംഗീതോപകരണങ്ങളും സാങ്കല്പികമാകും. തബലയെന്ന് തോന്നി ക്കാൻ രണ്ട് കുട്ടികളെ നിലത്തിരുത്തി അവരുടെ തല തുണികൊണ്ട് മൂടും. തബലിസ്റ്റായി അഭിനയിക്കുന്നയാൾ ആ തലകളിൽ തബലയി ലെന്ന പോലെ താളമിടും. പുല്പറമ്പിലെ പാലം വെള്ളരികളിൽ ഇങ്ങനെ തബലയായി എത്രയോ വട്ടം തല വെച്ചു കൊടുത്തിട്ടുണ്ട്.

മൂന്നിലും നാലിലുമൊക്കെ പഠിക്കുമ്പോഴായായിരുന്നു അത്. ആപ്പൂട്ടിയായിരുന്നു അന്നൊക്കെ തലയിൽ താളമിട്ടിരുന്നത്. സാഹസികാ ഭ്യാസ പ്രകടനമാണ് ഇക്കൂട്ടരുടെ പ്രധാന ആകർഷണം. ശ്വാസമടക്കി പ്പിടിച്ചിരുന്നല്ലാതെ കാണാൻ പറ്റില്ല. പെണ്ണുങ്ങളും ഞങ്ങൾ കുട്ടികളും വല്ലാത്തൊരവസ്ഥയിലേക്ക് കണ്ണുതള്ളും. മണ്ണിൽ തീർത്ത വലിയ കുഴിയിൽ ആളെയിട്ടു മൂടുക, നെഞ്ചിൽ അമ്മിവെച്ച് അതിനു മുകളിൽ ഉരൽ വെച്ച് നെല്ല് കുത്തി വെളുപ്പിക്കുക, നിരനിരയായി കെട്ടിവെച്ച ബൾബുകൾ സൈക്കിളിൽ പാഞ്ഞുവന്ന് നെഞ്ചുകൊണ്ട് പൊട്ടിക്കുക, മുടിയിൽ കെട്ടി ജീപ്പ് വലിക്കുക.. അങ്ങനെ അവർ കാണിക്കുന്ന സാഹസങ്ങൾ അനവധിയാണ്. പരലോകത്തൊരു രക്ഷയ്ക്കായി തമ്പു രാനേ... എന്ന പാട്ടുവെച്ച് അഭ്യാസികൾ സാഹസം കാണിക്കുമ്പോൾ ആളിപ്പോൾ മരിച്ചു പോകുമെന്ന് തോന്നും. പാലം വെള്ളരിക്ക് പോയതിന് ആദ്യമായി തല്ലുകൊണ്ടത് മദ്റസയിലെ ജബ്ബാർ മോല്യാരുടെ കൈയിൽ നിന്നാണ്. എന്നാലും പാലം വെള്ളരിക്ക് പോകാതിരിക്കില്ല.

ഈ പാലം വെള്ളരിയ്ക്കാരെ അനുകരിച്ചാണ് പിന്നീട് ഞങ്ങളുടെ നാട്ടുമ്പുറത്തെ കുട്ടികൾ ഈന്തപ്പനയോലയും കവുങ്ങിൻപട്ടയുമൊക്കെ ഉപയോഗിച്ച് പന്തൽ കെട്ടി ചില്ലറ കലാപരിപാടികൾ സംഘടിപ്പിക്കുവാൻ തുടങ്ങിയത്. മുതുകുളത്തെ കൊയ്തൊഴിഞ്ഞ പാടത്തും നാരങ്ങാലി യിലെ ഒഴിഞ്ഞ പറമ്പിലും ലക്ഷം വീട്ടിലുമൊക്കെ ഇത്തരം പരിപാടികൾ നടത്തിയിരുന്നു. നേരത്തേ കണ്ട നാടകങ്ങളുടെ രംഗങ്ങൾ ഓർത്തുവെച്ച് അതേപോലെ അവതരിപ്പിക്കുന്നതായിരുന്നു പ്രധാന പരിപാടി. ചില പ്പോൾ തട്ടിക്കൂട്ട് നാടകങ്ങളും അരങ്ങേറും. മോണോ ആക്ട്, മാപ്പിളപ്പാട്ട് അങ്ങനെ അറിയാവുന്ന പ്രകടനങ്ങളൊക്കെ കുട്ടികൾ തന്നെ നടത്തും. തൊട്ടടുത്ത വീടുകളിലെ സ്ത്രീകളും കുട്ടികളുമടങ്ങുന്ന വിരലിലെണ്ണാ വുന്ന സദസ്സായിരിക്കും മുന്നിൽ. പറഞ്ഞുവന്ന കാര്യം വേറെയാണ്.

മണാശ്ശേരിയിൽ കണ്ട മൈക്കോ വാർഷികത്തിന്റെ നോട്ടീസ്. ഏഴാം ക്ലാസിലാണ് അന്ന് പഠിക്കുന്നത്. കാഫർ എന്ന പേരാണ് ആദ്യം ആകർ ഷിച്ചത്. സ്കൂളിൽ കൂടെ പഠിക്കുന്ന ദിനേശനും രാജനും വിമലയും ബിന്ദുവും ഉഷയുമൊക്കെയാണ് അന്ന് കാഫിറുകളായി പരിചയമുള്ളത്. പിന്നെ താന്നിപ്പോക്കിലെ ചാത്തുന്റെ വീട്ടുകാരും ലക്ഷംവീട്ടിലെ കുറേ ഹരിജനങ്ങളും. കാഫിറിനെപ്പറ്റി എന്ത് നാടകമായിരിക്കും? കാഫർ നാടകം കാണാൻ പോയാൽ മദ്റസയിൽ നിന്ന് തല്ലു കിട്ടുമോ? ഏഴാം ക്ലാസിന്റെ മൂപ്പുണ്ടായിരുന്നതിനാൽ അത്ര വലിയ പ്രശ്നമായി

തോന്നിയില്ല. ഒരു ഞായറാഴ്ചയാണെന്നാണ് ഓർമ്മ. അന്ന് പാഴൂരിൽ നിന്ന് അധികം ബസ് സർവ്വീസില്ല.

മുക്കത്ത് പോകണമെങ്കിൽ ആറ്റുപുറം കച്ചേരി വഴി നടന്നു പോവുകയാണ് പതിവ്. വൈകുന്നേരം വീട്ടിൽ പറയാതെ മുക്കത്തേക്ക് നടന്നു. ഒറ്റയ്ക്കാണ്, കൂട്ടിനാരുമില്ല. ചങ്ങാതിമാരെ വിളിച്ചാൽ വരില്ല. ഒന്നാമത് രാത്രി മുക്കത്തേക്ക് വരാൻ വീട്ടുകാർ സമ്മതിക്കില്ല. രണ്ടാമത്, നാടകം കാണാൻ അനുവാദമില്ല. അതും കാഫർ നാടകം. ഇരുട്ടുന്നതിന് മുമ്പേ മുക്കത്തെത്തി. ഇരുവഴിഞ്ഞിപ്പുഴയുടെ മാട്ടുമ്മലാണ് (വേനൽക്കാലത്ത് പുഴ വറ്റി രൂപപ്പെടുന്ന മണൽത്തിട്ടയ്ക്ക് ഞങ്ങളുടെ നാട്ടുകാർ മാട് എന്നാണ് പറയുക.) സ്റ്റേജ്. എസ് കെ പൊറ്റെക്കാട്ടിന്റെ *നാടൻ പ്രേമ*ത്തിലെ നായകൻ നായിക മാളുവിനെ കണ്ടുമുട്ടുന്നത് ഇവിടെ വെച്ചാണ്. പിൽക്കാലത്ത് *നാടൻ പ്രേമം* വായിച്ചപ്പോഴാണ് ആ സത്യം മനസ്സിലാകുന്നത്. നാടകം കാണണമെങ്കിൽ ടിക്കറ്റെടുക്കണം. ടാർപ്പായകൊണ്ട് വേദിക്ക് ചുറ്റും മറച്ചിരിക്കുന്നു. ടിക്കറ്റില്ലാതെ അകത്ത് കടക്കാൻ പറ്റില്ല. കൈയിലാണെങ്കിൽ കാൽ കാശില്ല. മുക്കം വരെ നടന്നു പോകാൻ തീരുമാനിച്ചതിനാൽ ബസുകൂലി പോലും സംഘടിപ്പിക്കേണ്ടതുണ്ടായിരുന്നില്ല. കോലൈസോ കപ്പലണ്ടിയോ വാങ്ങാനുള്ള കാശ് പോലുമില്ല. പാലം വെള്ളരി നാടകങ്ങൾ സൗജന്യമായി ആസ്വദിച്ചിരുന്നതിനാൽ നാടകം കാണാൻ ടിക്കറ്റ് വേണ്ടിവരുമെന്ന് ഓർത്തിരുന്നുമില്ല. എന്ത് ചെയ്യുമെന്നറിയാതെ വിഷമിച്ചു നില്ക്കുമ്പോൾ മുന്നിൽ സലാം മാഷ്.

ചേന്ദമംഗല്ലൂർ ജി എം യു പി സ്കൂളിൽ എന്റെ ക്ലാസ് മാഷാണ്. *പതിനാലാം രാവ്* സിനിമയിൽ ഒരു സീനിൽ പ്രത്യക്ഷപ്പെട്ടിട്ടുണ്ടെന്ന് മാഷ് ഇടയ്ക്ക് ക്ലാസിൽ പറയാറുണ്ട്. സലാം കാരശ്ശേരിയുടെ പെങ്ങളുടെ മകൻ. എം എൻ കാരശ്ശേരിയുടെ സഹോദരൻ. എന്നെ കണ്ടപ്പോൾ മാഷ് ക്ക് അത്ഭുതം. കലാപ്രേമിയും സഹൃദയനും മികച്ച അദ്ധ്യാപകനുമായ അദ്ദേഹം ആരുടെ കൂടെയാണ് പോന്നതെന്ന് ചോദിച്ചു.

ഒറ്റയ്ക്കാണെന്ന് പറഞ്ഞപ്പോൾ വീട്ടിൽ പറഞ്ഞു പോന്നതല്ലേ എന്ന് വീണ്ടും. മിണ്ടാതെ നിന്നു. ടിക്കറ്റുണ്ടോ എന്ന് മാഷ് ചോദിച്ചു. ഉണ്ടാകില്ലെന്ന് മാഷ്ക്ക് തന്നെയറിയാം. അദ്ദേഹം എന്നെ കൂട്ടിക്കൊണ്ടു പോയി സ്റ്റേജിന്റെ നേരെ മുന്നിൽ തന്നെ ഇരുത്തിത്തന്നു. മൈക്കോയുടെ സംഘാടകൻ കൂടിയായിരുന്നു അദ്ദേഹമെന്നാണ് ഓർമ്മ. കാഫർ നാടകം തുടങ്ങി. നിലമ്പൂർ സീനത്താണ് നായിക. മൈക്കിന് മുന്നിൽ നിന്ന് പാടുന്ന മാപ്പിളപ്പെണ്ണിനെ സമുദായം കല്ലെറിയുന്നു. നെറ്റിയിൽ നിന്ന് ചോര പൊടിയുന്നു. നാടകം തുടങ്ങുന്നത് അങ്ങനെയാണെന്നാണ് ഓർമ്മ. ആദ്യത്തെ നാടകാനുഭവം. വീട്ടിൽവെച്ച് പാടുന്ന മറ്റൊരു കഥാപാത്രത്തെ നാടകത്തിൽ ഉമ്മ വിലക്കുന്നുണ്ട്. ആണുങ്ങളുടെ മുന്നിൽനിന്ന് പാട്ടു പാടരുതെന്ന്. അപ്പോൾ നായിക ചോദിക്കുന്നു: "മുഹമ്മദാല്യാക്കന്റെ മുമ്പീന്നും പാടാൻ വയ്യ, വാപ്പന്റെ മുമ്പീന്നും പാടാൻ വയ്യ. പിന്നെ ആരുടെ മുന്നിലാ ഉമ്മാ ഞാൻ പാടാ..." മാപ്പിള

പെണ്ണിന്റെ വീർപ്പുമുട്ടലാണ് അതെന്ന് അന്ന് മനസ്സിലായില്ല. പിന്നെ ചാത്തൻ മൂസയാകുമ്പോൾ പെൺകുട്ടിക്ക് ചാത്തനെ മൂസയായി കാണാൻ പറ്റുന്നില്ല. ചാത്താ ചാത്താന്ന് വിളിച്ചിട്ട് ഇപ്പോൾ മൂസേന്ന് വിളിക്കുമ്പോൾ എന്തോ കളവ് പറയുമ്പോലെയാണ് പെൺകുട്ടിക്ക് തോന്നുന്നത്. കാഫറിന്റെ സാമൂഹിക സിദ്ധാന്തങ്ങളൊന്നും മനസ്സിലായി ല്ലെങ്കിലും നാടകം എന്ന കലയെ ആദ്യമായി അടുത്തറിയുന്നത് അന്നാണ്.

പിന്നീട് ചില്ലറ നാടകങ്ങൾ എഴുതാനും സംവിധാനം ചെയ്ത് പ്രാദേശിക തലത്തിൽ അവതരിപ്പിക്കാനുമുള്ള ഉൾപ്രേരണ തുടങ്ങു ന്നതും അവിടെ നിന്നാണ്. നാടകം കഴിഞ്ഞ് കാണണമെന്ന് സലാം മാഷ് പറഞ്ഞിരുന്നു. പക്ഷേ, ആൾക്കൂട്ടത്തിൽ അദ്ദേഹത്തെ തെരയാൻ പറ്റിയില്ല. നാടകം കഴിയുമ്പോൾ ഒരുപാട് വൈകി. രണ്ടോ മൂന്നോ മണിയായിക്കാണും. എങ്ങോട്ടുപോകും. കച്ചേരി ആറ്റുപുറം വഴി ഒറ്റയ് ക്ക് നടന്നു പോകാൻ വയ്യ. വഴിയിലൊക്കെ നായ്ക്കളുണ്ടാകും. പി സി റോഡിലൂടെ നാടകം കഴിഞ്ഞു പോകുന്നവരുടെ കൂട്ടത്തിൽ നടന്നാലും അവരൊക്കെ പരമാവധി കച്ചേരിവരെ ഉണ്ടാകും. ചേന്ദമംഗല്ലൂർ വരേയുള്ളവർ പോലുമുണ്ടാകില്ല. പീടികക്കോലായിൽ എവിടെയങ്കിലും കിടന്ന് നേരം വെളുപ്പിക്കാൻ പറ്റുമോ? പരിഭ്രമിച്ചു നില്ക്കുമ്പോൾ കുഞ്ഞുട്ടി ജീപ്പുമായി വന്നു. മാമ്പറ്റയിലെ അമ്മായിയുടെ മകനാണ്. അയാൾ ആ സമയത്ത് എന്നെ ചീനിയുടെ ചോട്ടിൽ കണ്ട് അന്തം വിട്ടു. നാടകം കാണാൻ വന്നതാണെന്ന് പറഞ്ഞപ്പോൾ ജീപ്പിൽ കയറാൻ പറഞ്ഞു. അപ്പോഴാണ് എനിക്കൊരു ബുദ്ധി തോന്നിയത്. പാത്തുട്ടിയുടെ വീട്ടിൽ പോകാം. മുത്തമ്മയുടെ മകളാണ്. കാരശ്ശേരി ജങ്ഷനിലാണ് വീട്. അവിടെ ഇറക്കിത്തന്നാൽ മതിയെന്ന് പറഞ്ഞു.

കുഞ്ഞുട്ടി ജീപ്പിൽ പാത്തുട്ടിയുടെ വീടിന് മുന്നിൽ ഇറക്കി. സ്വാഭാവികമായും എല്ലാവരും നല്ല ഉറക്കത്തിലാണ്. വീട്ടുകാരെ ഉണർത്തേണ്ടെന്ന് കരുതി ഞാൻ കോലായിൽ, കരി തേച്ച വെറും നിലത്ത് കിടന്നുറങ്ങി. അന്നും ഇന്നും രാത്രി, അസമയത്ത് ഉറങ്ങുന്നവരെ വിളിച്ചുണർത്തുന്നത് എനിക്കിഷ്ടമല്ല. അതിനൊരു കാരണമുണ്ട്. മദ് റസയിലെ അഖ്‌ലാഖ് പുസ്തകത്തിൽ പഠിച്ച ചെറിയൊരു പാഠം. ഇമാം ഷാഫി (റ) കുട്ടിയായിരുന്ന കാലം. രോഗിയായ ഉമ്മ കുടിക്കാൻ അല്പം വെള്ളം വേണമെന്ന് ആവശ്യപ്പെട്ടു. ദൂരെ പോയി വെള്ളവുമായി കുട്ടി മടങ്ങി വരുമ്പോൾ ക്ഷീണംകൊണ്ട് ഉമ്മ ഉറങ്ങിപ്പോയിരുന്നു.

ഉമ്മയുടെ ഉറക്കം ശല്യപ്പെടുത്തേണ്ടെന്ന് കരുതി ഉമ്മ ഉണരുന്നതു വരെ തലയിൽ വെള്ളപ്പാത്രവുമായി കൊച്ചു ഷാഫ് കാത്തുനിന്നു. ഏറെനേരം കഴിഞ്ഞ് ഉമ്മ ഉണർന്നപ്പോൾ വെള്ളപ്പാത്രം തലയിൽവെച്ച് വേദനിച്ചു നില്ക്കുന്ന കുട്ടിയെയാണ് കണ്ടത്. കഥയുടെ സാരം ഇങ്ങനെയാണെന്നാണ് ഓർമ്മ. ഞാനിപ്പോൾ പാത്തുട്ടിക്ക് വെള്ളത്തിന് പോയതല്ലല്ലോ. നാടകം കാണാൻ പോയതാണ്. അതും കാഫർ നാടകം.

അതിന് പാത്തുട്ടിയും വീട്ടുകാരും എന്തു പറയുമെന്ന് തന്നെ അറിയില്ല. അങ്ങനെയാണ് അവരെ വിളിച്ചുണർത്താതെ കോലായിൽ വെറും നിലത്ത് കിടന്നത്. നാടകം ഇവിടെ തീരുന്നില്ല. സുബ്ഹിക്ക് ആദ്യമെണീറ്റത് പാത്തുട്ടി തന്നെയാണ്. കോലായിൽ, വെറും നിലത്ത് ആരോ ഒരാൾ കിടന്നുറങ്ങുന്നത് മണ്ണെണ്ണ വിളക്കിന്റെ വെളിച്ചത്തിലാണ് അവർ കാണുന്നത്. ഉമ്മാ കള്ളൻ എന്ന് ഒരലർച്ചയായിരുന്നു അവൾ. ആ അലർച്ച കേട്ടാണ് ഞാൻ ഉണർന്നത്, വീട്ടുകാരും. ഞെട്ടിയെഴുന്നേറ്റ എന്നെ കണ്ടപ്പോൾ പാത്തുട്ടി അതിനേക്കാൾ അമ്പരപ്പ് നീയെപ്പോൾ വന്നു, എങ്ങിനെ വന്നു.... ചോദ്യങ്ങൾ ഊഹിക്കാവുന്നതേയുള്ളൂ....

അങ്ങനെ കെ ടി മുഹമ്മദിന്റെ നാടകമാണ് ആദ്യം കണ്ടത്. പിന്നീട് കോഴിക്കോട്ട് റിപ്പോർട്ടറായി ചെന്നപ്പോൾ കെ ടിയുടെ പ്രസംഗങ്ങൾ റിപ്പോർട്ട് ചെയ്തു. *ഇത് ഭൂമിയാണ്, വെള്ളപ്പൊക്കം* തുടങ്ങി നാടകങ്ങൾ പിന്നെയും പിന്നെയും കണ്ടു. സീനത്ത് കെ ടിയെ ഉപേക്ഷിച്ചുപോയ ദിവസം അദ്ദേഹത്തെ കാണാൻ വീട്ടിൽ ചെന്ന പത്രലേഖകരുടെ കൂട്ടത്തിൽ ഞാനുമുണ്ടായിരുന്നു. അന്ന് കെ ടി പൊട്ടിക്കരഞ്ഞുകൊണ്ട് പറഞ്ഞത് ഓർക്കുകയാണ്. "ഒന്നുമല്ലാതിരുന്ന അവളെ ഈ നിലയിൽ എത്തിച്ചത് ഞാനാണ്. എന്നെ അവൾ ഓർക്കേണ്ട, ഈ കുട്ടിയെ അവൾ ഓർക്കേണ്ടിയിരുന്നില്ലേ?" കെ ടിക്ക് സീനത്തിൽ പിറന്ന മകൻ അപ്പോൾ കെ ടിയോടൊപ്പം സ്വീകരണ മുറിയിലുണ്ടായിരുന്നു. എട്ടോ പത്തോ വയസ്സായിരിക്കും അന്ന് കുട്ടിക്ക് പ്രായം.

പിന്നീട് കെ ടിയുടെ പരാതി പ്രകാരം കോഴിക്കോട്ട് കോടതിയിൽ സീനത്തിനെ ഹാജരാക്കിയപ്പോൾ റിപ്പോർട്ട് ചെയ്യാനും ഞാനുണ്ടായിരുന്നു. വലിയ സിനിമാതാരമാണ് അപ്പോഴവർ. കോടതിയുടെ അനുമതി പ്രകാരം *കാഫറിലെ* മാപ്പിളപ്പെണ്ണിനെപ്പോലെ സ്വാതന്ത്ര്യം പ്രഖ്യാപിച്ച് അവർ പുതിയ കാമുകനോടൊപ്പം പോയി. കെ ടി യുടെ കണ്ണുകളിൽ കഴിഞ്ഞ ദിവസം കണ്ട കണ്ണീർത്തുള്ളികളാണ് അപ്പോഴെന്റെ മനസ്സിലൊഴുകിയത്.

വേലുവിന്റെ മനസ്സിലൊരു മസ്ജിദ്

മതം സ്നേഹമാണ്. മതത്തിൽ വിശ്വസിക്കാം. വിശ്വസിക്കാതി രിക്കാം. രണ്ടായാലും ലക്ഷ്യം സ്നേഹമായിരിക്കണം. അതായത് മതം സ്നേഹമാണ്. അഥവാ സ്നേഹത്തിൽ കവിഞ്ഞൊന്നും മതത്തിന്റെ പേ രിൽ മനസ്സിൽ ഉണ്ടായിക്കൂടാ. ചന്ദപ്പൊയിൽ വേലു ഇങ്ങനെയൊരു സിദ്ധാന്തം മനസ്സിൽ സൂക്ഷിച്ച ആളായിരുന്നുവോ എന്നെനിക്കോർമ്മ യില്ല. അദ്ദേഹത്തെ ഞാൻ കണ്ടിട്ടില്ല. അദ്ദേഹത്തിന്റെ മകൻ അപ്പുവിനെ കണ്ട ഓർമ്മയും എനിക്കില്ല. അപ്പുവിന്റെ മകൻ രാഘവനെ നമ്മളറിയും. മലപ്പുറം കാക്കയുടെ ചായക്കടയിൽ ചായയടിക്കാനും കടിയുണ്ടാക്കാനും നില്ക്കുന്ന രാഘവേട്ടൻ. രാഘവേട്ടന്റെ മകൻ സുധി ഓട്ടോ ഡ്രൈവ റാണ്.

നെറ്റിയിൽ ചന്ദനക്കുറി തൊട്ട് മായാത്ത ചിരിയുമായി നടക്കുന്ന സുധിയേയും നമുക്കറിയാം. രാഘവേട്ടന്റെ വല്യച്ഛനാണ് വേലു. ഈ വേലു ഇഷ്ടദാനം നല്കിയ സ്ഥലത്താണ് നമ്മുടെ ഗ്രാമത്തിലെ മാപ്പിളമാർ നമസ്കാരപ്പള്ളി നിർമ്മിച്ചത്. പതിറ്റാണ്ടുകൾക്ക് മുമ്പ്, അദ്ദേഹം സ്ഥലത്തെ നാല് മുസ്ലിം പ്രമാണിമാരുടെ പേരിൽ ഇഷ് ടദാനമായി എഴുതിക്കൊടുക്കുകയായിരുന്നു ഈ സ്ഥലം. അന്ന് ഗ്രാമ ത്തിലുള്ളവർക്ക് മുന്നൂർ ജുമാമസ്ജിദേയുള്ളൂ. പിന്നെ താത്തൂര് ജുമാ മസ്ജിദും. *ജുമുഅക്കും* പെരുന്നാളിനുമൊക്കെയെല്ലാതെ *ജമുഅത്ത്* പള്ളികളിലേക്ക് പോകുന്നത് വലിയ പ്രയാസം. അങ്ങാടിയിൽ ചെറി യൊരു നമസ്കാരപ്പള്ളി വേണമെന്ന ആഗ്രഹം വിശ്വാസികളിൽ ചിലർക്കുണ്ടായത് അങ്ങനെയാണ്. ഈ വിഷയം വർത്തമാനത്തി നിടയിൽ ഉയർന്നുവന്നപ്പോൾ മുസ്ലിം കാരണവന്മാരുടെ കൂട്ടത്തിൽ രാഘവേട്ടന്റെ വല്യച്ഛൻ വേലുവുമുണ്ടായിരുന്നു.

അദ്ദേഹമാണ് അപ്പോൾ അതിനൊരു പരിഹാരം നിർദ്ദേശിച്ചത്. "അങ്ങാടിയുടെ ഹൃദയഭാഗത്ത് നമസ്കാര പള്ളി നിർമ്മിക്കാനാവശ്യമായ സ്ഥലം ഞാൻ തരാം. എന്റെ പറമ്പിൽ അതിന് സ്ഥലം കണ്ടെത്താം." അങ്ങനെ അദ്ദേഹം നാല് മുസ്‌ലിങ്ങളുടെ പേരിൽ ആ സ്ഥലം എഴുതിക്കൊടുത്തു. അതെ, ഇഷ്ടദാനമായിത്തന്നെ. ആ ഭൂമിയിലാണ് നമസ്കാരപ്പള്ളി ഉയർന്നത്. റേഷൻ കടയിൽ വരുമ്പോൾ അവിടെ കയറിയാണ് നമസ്കാരം ഒരു വഖ്ത് പോലും ഖളാ ആകാതെ നമ്മൾ നമസ്കരിച്ചത്. കാലം മുന്നോട്ട് പോകുമ്പോൾ നമ്മൾ കൂടുതൽ പഠിപ്പും പത്രാസുമുള്ളവരായി. പഠിപ്പും വലിയ വലിയ ഉദ്യോഗങ്ങളും നേടി. നാട്ടിൽ പുതിയ പുതിയ പണക്കാരുണ്ടായി. ദാരിദ്ര്യം പാടെ വിട്ടൊഴിഞ്ഞില്ലെങ്കിലും പഴയതുപോലെ പട്ടിണിയില്ലാതായി. സൗകര്യ ങ്ങൾ അധികമായപ്പോൾ നമ്മുടെയൊക്കെ മനസ്സിന് എന്തോ സംഭവിച്ചുവോ? ഇന്നിപ്പോൾ ഇതേ നമസ്കാരപ്പള്ളിയുടെ പേരിൽ തർക്കമാണ്.

ഹിന്ദുക്കളും മുസ്ലിങ്ങളും തമ്മിലല്ല. മുസ്‌ലിങ്ങളും മുസ്‌ലിങ്ങളും തമ്മിൽ. വേലുവിന്റെ ഇഷ്ടദാനം സ്വീകരിച്ച നാലുപേരിൽ ഒരാൾ! ആ സ്ഥലം വഖ്ഫ് ചെയ്യാതെ മരിച്ചുപോയി. അയാളുടെ അനന്തരാ വകാശിയും നിലവിലെ മഹല്ല് കമ്മിറ്റിയും തമ്മിലാണ് തർക്കം. പരസ് പരം പറഞ്ഞു തീർക്കാവുന്ന പ്രശ്നം. അത് ഊതിപ്പെരുപ്പിച്ച് മൈക്ക് കെട്ടി ഉച്ചത്തിൽ വിളിച്ചു പറഞ്ഞ് പരസ്പരം വിശദീകരിച്ചു, മുസ്‌ലിങ്ങൾ.

ഇതൊക്കെ രാഘവേട്ടൻ കേൾക്കുമല്ലോ എന്നായിരുന്നു എന്റെ പേടി. സുധി കേൾക്കില്ലേ? അവന്റെ ബാക്കിയുള്ളവർ കേൾക്കില്ലേ? അവരുടെ പൂർവ്വികർ ഇഷ്ടദാനമായി നല്കിയ സ്ഥലത്ത് കെട്ടിപ്പൊക്കിയ പള്ളിയുടെയും സ്ഥലത്തിന്റെയും പേരിൽ നമ്മൾ ഇങ്ങനെ തർക്കിക്കാ മോ? അധികാരം ആർക്കായാലും ആ പള്ളി, അത്യാവശ്യക്കാർക്ക് നമസ് കരിക്കാനുള്ള ഒരിടമായി മാത്രം കണ്ടാൽ പേരെ. അതിന്റെ പേരിൽ ഊരുവിലക്കും ഒറ്റപ്പെടുത്തലും കേസും കൂട്ടവും പിന്നെ മൈക്ക് കെട്ടി പൊതുയോഗവും ഒക്കെ വേണ്ടിയിരുന്നോ? ഇതിങ്ങനെ ഓർത്തപ്പോഴാണ് ഗ്രാമത്തിലെ വായനശാലയെക്കുറിച്ചുകൂടി പറയേണ്ടി വരുന്നത്. ആരുടേയോ ഒക്കെ ദുർവാശിയുടെ പേരിൽ നാടിന് വെളിച്ചമാകേണ്ട ഈ സ്ഥാപനം നാശോന്മുഖമാണ്. വായന അറിവുണ്ടാക്കും. അറിവ് സംസ്കാരമുണ്ടാക്കും. സംസ്കാരം സ്നേഹമുണ്ടാക്കും. പക്ഷേ, ആരാണ് സ്നേഹം വരുന്ന ഈ വഴി കൊട്ടിയടയ്ക്കുന്നത്? ജാതിയും മതവും നോക്കാതെ നമുക്ക് ഒരുമിച്ചിരിക്കാനുള്ള ഒരിടമല്ലേ ഇത്. അങ്ങാടിയുടെ അപ്പുറവുമിപ്പുറവുമായി അകന്നിരിക്കാതെ നമുക്ക് എവിടെയെങ്കിലുമൊന്ന് ഒന്നിച്ചിരിക്കേണ്ടേ. പരസ്പരം വേർതിരിഞ്ഞ്, അപ്പുറവുമിപ്പുറവുമായി അകന്നിരിക്കാനുള്ള മതിലാകരുത് മതം. ഒന്നിച്ചിരിക്കുമ്പോൾ വേർപെട്ടു പോകാതിരിക്കാൻ! പരസ്പരം

ബന്ധിക്കുന്ന സ്നേഹത്തിന്റെ പാശമാകണം മതം. അപ്പോൾ മതം സ്നേഹമാകും. സ്നേഹം തന്നെയാകും മതം.

ഇതെനിക്ക് ഉറപ്പിച്ചു പറയാൻ പറ്റും. കാരണം, ഈ സിദ്ധാന്തങ്ങ ളൊന്നും ഓർത്തിട്ടാകില്ല, ഹിന്ദുവായ ചന്ദപ്പൊയിൽ വേലു നമുക്ക് നമസ് കാരപ്പള്ളി നിർമ്മിക്കാൻ സ്ഥലം തന്നത്. ആ പഴയ മനസ്സിന് മതവും സ്നേഹവും രണ്ടായിരുന്നില്ലെന്നുതന്നെ നമുക്ക് വിശ്വസിക്കാം. വേലു ആ പള്ളിക്ക് സ്ഥലം കൊടുത്തത്, മണ്ണിലല്ല, സ്വന്തം മനസ്സിലാണ്. ആ മനസ്സിലാണ് നമ്മൾ പള്ളി പണിതത്. മദ്‌റസയിലെ പാഠപുസ്തകത്തിൽ മുജ ജമകളോടും പുത്തൻ കൂറ്റുകാരോടും സലാം പറയരുതെന്നും സലാം മടക്കരുതെന്നും നമ്മൾ പഠിച്ചിട്ടുണ്ട്. അഥവാ അങ്ങനെ പഠിപ്പി ക്കാൻ ശ്രമിച്ചിട്ടുണ്ട്. ഇപ്പോൾ ഈ പാഠഭാഗം നീക്കം ചെയ്തോ എന്നെ നിക്കറിയില്ല. പലതരം മുസ്ലിങ്ങൾക്കിടയിൽ പരസ്പരം കല്യാണം കഴിക്കാത്തവരുണ്ട്. പരസ്പരം കല്യാണത്തിന് ക്ഷണിക്കാത്തവരുണ്ട്. ഒരേ ദിശയിലേക്ക് തിരിഞ്ഞ്, ഒരേ ദൈവത്തിനു മുമ്പിൽ അഞ്ചു നേരം ലോക മുസ്ലിങ്ങളുടെ നന്മക്കായി പ്രാർത്ഥിക്കുന്നവരാണിവർ.

എന്നിട്ടും പരസ്പരം കാഫിറാക്കാനാണ് ഓരോരുത്തരും ശ്രമിക്കു ന്നത്. അപ്പോൾ, ഒരു 'കാഫിർ' കൊടുത്ത സ്ഥലത്ത് നിർമ്മിച്ച പള്ളിയിലാണ് നമ്മുടെ നാട്ടുകാർ ഇത്രയുംകാലം നമസ്കരിച്ചതെന്ന അറിവ് നമ്മിൽ ആനന്ദമുണ്ടാക്കുന്നു. ആ അറിവ് പുതിയ തലമുറയ്ക്ക് സ്നേഹത്തിന്റെ പുതിയ അനുഭവമാകുന്നു. ആ അനുഭവം നമ്മുടെ ഗ്രാമത്തെ സ്നേഹത്തിന്റെ ഇമ്മിണി ബല്യൊരുലോകമാക്കട്ടെ!

ഇത്രയും കൂടി: നിലമ്പൂർ കോവിലകംവക സ്ഥലമായിരുന്നുവത്രെ പുതിയ പള്ളി നില്ക്കുന്ന സ്ഥലം. കാരണവന്മാർ നിലമ്പൂർ കോവിലക ത്ത് പോയി സമ്മതം വാങ്ങിയ ശേഷമാണത്രെ ഇവിടെ ജുമാ മസ്ജിദ് പണിതത്.

മനസ്സിന്റെ ഉത്സവങ്ങൾ

എരഞ്ഞിപ്പറമ്പിലെ തിറയുത്സവം. കോമരം ഉറഞ്ഞു തുള്ളുക യാണ്. നെറ്റിയിൽ നിന്ന് പൊടിയുന്ന ചോരത്തുള്ളികളിൽ ഗ്രാമത്തിന്റെ ആഘോഷം തുളുമ്പുന്നു.

പടച്ചോനേ... ഈ ആനന്ദം എത്രകാലമായി എനിക്ക് നഷ്ടപ്പെടുന്നു. പരദേശിയായി കടൽ കടന്ന ശേഷം ഒരിക്കൽപ്പോലും കുംഭമാസത്തിലെ ഇത്തരം ഘോഷപ്പെരുക്കങ്ങളിലേക്ക് വന്നു പെട്ടിട്ടില്ല. ഇക്കാലത്ത് അവധിയെടുത്ത് നാട്ടിലെത്താൻ പറ്റിയത് വലിയ ഭാഗ്യമായി. മുക്കം തൃക്കുടമണ്ണ ശിവക്ഷേത്രത്തിലെ ശിവരാത്രി മഹോത്സവം. മണാശ്ശേരി യിലേയും നായർ കുഴിയിലേയും അമ്പലങ്ങളിലെ പ്രതിഷ്ഠാ മഹോത്സ വങ്ങൾ. കളൻ തോട് തങ്ങളുടെ നേർച്ച. വെള്ളങ്ങോട്ടെയും കലങ്ങോ ട്ടെയും എരഞ്ഞിപ്പറമ്പിലേയും തിറകൾ.

എട്ടൊമ്പത് കൊല്ലത്തിനുശേഷമാണ്, ഇങ്ങനെ നാട്ടിലെ ഉത്സവപ്പറ മ്പുകളിൽ കറങ്ങി നടക്കുന്നത്. ഇവിടെ ഒന്നിനും ഒരു മാറ്റവുമില്ല. ഉത്സവ പ്പറമ്പുകൾ കൂടുതൽ വിശാലമായിരിക്കുന്നു. മാമുണ്ണി നാരങ്ങാക്കച്ചവടം ചെയ്യുന്നു. തട്ടമിട്ട കൊച്ചു മകൾ കൂട്ടിനുണ്ട്. ചക്കര ജിലേബി ചൂടോടെ പൊരിച്ചെടുക്കുന്നവർ. കരിമ്പും പൊരിയും വില്ക്കുന്നവർ. പെണ്ണുങ്ങ ളെയും കുട്ടികളെയും ആകർഷിക്കാൻ വളക്കച്ചവടക്കാരും കളിപ്പാട്ടക്കാ രും. ഇടയ്ക്ക് വഴിപാടിന്റെ വെടിയൊച്ചകൾ. കൂട്ടംകൂടി തിറയ്ക്ക് പോ കുന്നവർ, കൂട്ടം തെറ്റി വീട്ടിലേക്ക് മടങ്ങുന്നവരുടെ പേരിൽ വെടിപൊട്ടിച്ച പഴയ കാലം ഓർമ്മവന്നു.

പെൺകുട്ടികളെ നോക്കി വെള്ളമിറക്കുന്ന ചെക്കന്മാരും ചെക്കന്മാരെ കടക്കൺ കോണിൽ ഒളിപ്പിക്കുന്ന പെൺകുട്ടികളും ഇപ്പോഴുമുണ്ട്.

മുല്ലപ്പൂ മണം വിതറി, കുലുങ്ങിച്ചിരിച്ചു പോകുന്ന പെൺകുട്ടികളുടെ

വളകിലുക്കവും ഉത്സവപ്പറമ്പിന്റെ ആവേശമാണല്ലോ. ഒന്നും കെട്ടു പോകാതെ, എല്ലാം അങ്ങനെതന്നെ..... ദൈവമേ കടലിനക്കരെ നഷ്ടപ്പെട്ടു പോകുന്നത് എന്തെല്ലാമാണ്.

കുലുക്കിക്കുത്തു ബോർഡുകൾക്ക് ചുറ്റും നല്ല തിരക്ക്. കട്ടനിരത്തി യിരിക്കുന്നത് പഴയ കിങ്കരന്മാരല്ലെന്ന് മാത്രം. ഒക്കെ പുതുമുഖങ്ങൾ. ഏതാനും വർഷംമുമ്പ് കടൽ കടന്ന് പോകുന്ന സമയത്ത് വള്ളിനിക്കറുമിട്ട് മൂക്കിൽ ചീരാപ്പൊലിപ്പിച്ചു നടന്ന ചെക്കന്മാരാണ് ബോർഡിനപ്പുറത്ത് ചമ്രം പടിഞ്ഞിരുന്നു കട്ട കുലുക്കി വെയ് രാജാ വെയ് വിളിച്ചു കൂവുന്നത് . ആഡ്യൻ, ഇസ് പേഡ്, ക്ലാവർ, ഡെയ്മണ്, കൊടി, ചന്ദ്രൻ.. കളങ്ങളിൽ നോട്ട് വീഴുന്നു. പഴയ ചില്ലറയുടെ കാലം കഴിഞ്ഞു. പത്ത് രൂപ മുതലാണ് കളി. പത്ത് വെച്ചാൽ ഇരുപത്. ഇരുപത് വെച്ചാൽ നാല്പത്. ഡബിളും ത്രിബിളും വീഴുമ്പോൾ കൂടുതൽ പണം. കൂലിപ്പണിക്കാരാണ്, കളങ്ങളിൽ കാൽ വെച്ച് കളിക്കുന്നവരിൽ ഏറെയും. പൊലീസുകാരുടെ ശല്യം പേടിക്കാനില്ല. ഇടയ്ക്ക് ഉത്സവക്കമ്മിറ്റിക്കാരുടെ പിരിവുണ്ടാകും. അത് അത്ര സാരമാക്കാനില്ല.

(അപ്പുറത്ത് വലിയ തുകവെച്ച് ചീട്ടുകളി നടക്കുന്നുണ്ട്. ആയിരവും അയ്യായിരവും നഷ്ടപ്പെട്ടവൻ വെറും കയ്യോടെ വീട്ടിലേക്ക് മടങ്ങുന്നുണ്ടാ യിരുന്നു. ഉത്സവത്തിന്റെ നേരമ്പോക്കിനെത്തിയവർ ഈ വഴിക്ക് തിരിഞ്ഞുനോക്കാറില്ല).

കുട്ടിക്കാലത്തിന്റെ ഓർമ്മകൾ മനസ്സ് കുലുക്കിയപ്പോൾ അല്പം കുലുക്കിക്കുത്താമെന്ന് കരുതി. ചില്ലറയാക്കി കരുതിവെച്ചിരുന്ന പത്ത് രൂപാ നോട്ടുകൾ ആഡ്യനിലും ഇസ്പേഡിലും കൊടിയിലും ക്ലാവറിലും മാറിമാറി ഭാഗ്യം പരീക്ഷിച്ചു. പണം പോയെങ്കിലും ഏറെക്കാലം മനസ്സിൽ സൂക്ഷിക്കാൻ പുതിയൊരു ഉത്സവത്തിന്റെ മേളപ്പെരുക്കമായി അത്. ഈ ഉത്സവങ്ങൾക്ക് മതത്തിന്റെ വേലിക്കെട്ടുകളില്ലെന്നതാണ് സത്യം. കൊടിയത്തൂരിലെ വെള്ളങ്ങോട്ടും കലങ്ങോട്ടുമൊക്കെ ഉത്സവത്തിന്റെ വിജയം മാപ്പിളമാരുടെ സാന്നിദ്ധ്യമത്രെ. കലങ്ങോട്ട് അമ്പലം പണിതത് കൊയപ്പ ഹാജി നല്കിയ സ്ഥലത്താണെന്ന് കേട്ടിട്ടുണ്ട്. ശിങ്കാരി മേള ത്തിന്റെ പെരുക്കങ്ങളിൽ ഒരേ ലയത്തിൽ അലിയുന്നതും കുലുക്കിക്കു ത്തിന്റെ ഭാഗ്യപരീക്ഷണത്തിൽ നോട്ടുകളും വാരിയെറിയുന്നതും മുസ്ലിമും ഹിന്ദുവും ക്രിസ്ത്യാനിയുമാണ്. ഈ ഉത്സവപ്പറമ്പുകളിൽ നിന്നിറങ്ങി, പിന്നെ എപ്പോഴാണ് നാം ശരിക്കും ഹിന്ദുവും ക്രിസ് ത്യാനിയും മുസ്ലിമുമൊക്കെ ആയിപ്പോകുന്നത്? അല്ലെങ്കിൽ ആരാണ് നമ്മെ അങ്ങനെ ആക്കിക്കളയുന്നത്? ഇക്കുറി കലങ്ങോട്ട് ഷാജിയും കൂട്ടരും അവതരിപ്പിച്ച ശിങ്കാരിമേളം അസ്സലായി. ചെണ്ട വാടകയ് ക്കെടുത്ത് സ്വയം കൊട്ടിപ്പഠിച്ച എന്റെ നാട്ടുകാരായ ഈ ചെറുപ്പക്കാരുടെ ഉദ്യമത്തിൽ വലിയ അഭിമാനം തോന്നി.

കമ്മിറ്റിക്കാർ കൊടുക്കുന്ന അയ്യായിരം രൂപ ഉപകരണങ്ങൾക്ക് വാടക കൊടുക്കാനെ തികയൂ. എന്നാലും ഈ കലയോട് പുതിയ

കുട്ടികൾ കാണിക്കുന്ന ആവേശം മനസ്സിന് മറ്റൊരുത്സവമായി. ഉത്സവപ്പറമ്പിൽ അലഞ്ഞു തിരിഞ്ഞ് വളരെ വൈകി വീട്ടിലെത്തുമ്പോൾ വീട്ടുകാരിയുടെ പരിഭവമുണ്ട്. അത് മായ്ക്കാൻ അവൾക്ക് പ്രിയപ്പെട്ട ചക്കര ജിലേബി വാങ്ങി നേരത്തേ കയ്യിൽ വെച്ചിട്ടുണ്ട്. ഉത്സവപ്പറമ്പുകളിലെ ഊട്ടുപുരകൾ ശരിക്കും മതസൗഹാർദ്ദത്തിന്റെ വിരുന്നൂട്ടി. ജാതിയുടെയും മതത്തിന്റെയും അതിർവരമ്പുകളില്ലാതെ ഒരുമിച്ചുണ്ണാ നിരുന്നവർ മിശ്രഭോജനത്തിന്റെ പുതിയ അദ്ധ്യായങ്ങൾ രചിക്കുന്നു. എരഞ്ഞിപ്പറമ്പിലെ ഊട്ടുപുരയിൽ ഞാനും അജ്മാനിൽ നിന്ന് അവധിക്കു വന്ന ശംസുവും എത്തുമ്പോൾ നേരം വളരെ വൈകിയിരുന്നു. ഊട്ടുപുര ഏറെക്കുറെ കാലി. എങ്കിലും ആഘോഷത്തിന്റെ സൗഹാർദ്ദം പങ്കിടാനെത്തിയ ഞങ്ങളെ അവർ ശരിക്കും ഊട്ടി. നായർ കുഴിയിലും മണാശ്ശേരിയിലും അനുഭവിച്ച ഊട്ടുപുരയുടെ സൗഹാർദ്ദത്തിന്റെ രുചിയും മറക്കാനാകില്ല. എല്ലാം വിട്ടെറിഞ്ഞ് വീണ്ടും മടങ്ങാൻ നേരമായി. ഒരാഴ്ചകൂടി അവധി നീട്ടിക്കിട്ടിയിരുന്നുവെങ്കിൽ കുറ്റിക്കുളം തിറ കൂടി കൂടാമായിരുന്നു. അതിന് ഭാഗ്യമില്ലല്ലോ.

അക്കരേക്ക്
എന്തിനാണൊരു പാലം?

അക്കരൈ ഒരിക്കലും എനിക്ക് അക്കരെയായിരുന്നില്ല. അക്കരൈ എനിക്കൊരു വെല്യങ്ങുണ്ടായിരുന്നു. വെല്യുമ്മയുടെ തറവാട്. ചാത്തപ്പറമ്പിന്റെ വിശാലമായ പുരയിടത്തിൽ പല വീടുകളായി വെല്യങ്ങുള്ളവർ പരന്നു കിടന്നു. മാങ്ങാക്കാലത്ത് മാവുകൾ നല്കുന്ന മധുരം തേടി ഞാൻ അവിടേക്ക് പോകും. ഒഴിവു ദിവസങ്ങളിൽ സ്വന്തം വെല്യങ്ങിന്റെ അവകാശവുമായി ശുക്കൂറും മുംതാസും ഹിഫ്സുവു മൊക്കെ വരും. എനിക്ക് വെല്യുമ്മയുടെ തറവാടാണെങ്കിൽ അവർക്ക് സ്വന്തം ഉമ്മയുടെ തറവാടായിരുന്നു അത്. അവകാശത്തർക്കങ്ങളാ ന്നുമില്ലാതെ മാങ്ങ പെറുക്കിയും മാസ് കളിച്ചും ഒളിച്ചു കളിച്ചും ഞങ്ങൾ ബാല്യം ആഘോഷിച്ചു. വെല്യങ്ങുള്ള ബാബുക്കാക്ക പിന്നീട് എളേമയെ കെട്ടിക്കൊണ്ടുപോയപ്പോൾ എനിക്ക് അങ്ങോട്ടുള്ള പോക്കിന് ഒന്നുകൂടി അവകാശമായി. അങ്ങനെ അക്കരൈ എനിക്ക് ഒരേളമ കൂടിയായി. അമ്മായിക്ക് മാരൻ വന്നതും അക്കരെനിന്നു തന്നെ. അങ്ങനെ അക്കരൈ എനിക്ക് ഒരു അമ്മായി കൂടിയായി. അക്കരെക്കുള്ള പോക്ക് ഒരുപാടു കൂടി. ചെറിയ പെരുന്നാളിനും ബലി പെരുന്നാളിനും നോമ്പു സല്ക്കാര ത്തിനും അമ്മായിയേയും എളേമയേയും തേടിപ്പോകാൻ ഞാൻ വാശിപിടിച്ചു. ഒഴിവു കിട്ടുമ്പോഴൊക്കെ ഞാൻ അക്കരേക്ക് പോയി. തെയ്യത്തിൻ കടവിലൂടെയാണ് യാത്ര. മഴക്കാലത്ത് കടത്തുകടന്നു. വേനൽക്കാലത്ത് അരയോളം തുണി കയറ്റിവെച്ച് നഗ്നത വെള്ളത്തിൽ മുക്കി പുഴ മുറിച്ചു കടന്നു. അങ്ങനെ പോയിപ്പോയി ഒടുവിൽ എനിക്ക് അക്കരൈ ഒരിക്കലും അക്കരെയല്ലാതായി.

ഒരു മാങ്ങാക്കാലത്ത് വെല്യുമ്മയോടൊപ്പമാണ് ആദ്യം ഞാൻ അക്കരേക്ക് പോയത്. വെല്യുമ്മയുടെ അനിയത്തിയും വേറെയും കുറേ

കുടുംബക്കാർ അക്കരെയായിരുന്നു. ഇടയ്ക്ക് വെല്യുമ്മ പോകുമ്പോ ഴൊക്കെ കോന്തലയ്ക്കൽ പുകയിലെക്കെട്ടിനും തോണിക്കാരന് കൊടു ക്കാനുള്ള ചില്ലറയ്ക്കുമൊപ്പം ഞാനുമുണ്ടാകും. അമ്മായിയും എളേമയും അക്കരെയെത്തിയതോടെയാണ് അക്കരെപ്പോക്കിൽ ഞാൻ സ്വയം പര്യാപ്തനായത്. അത്യാവശ്യം തോണിയൊക്കെ ഒറ്റയ്ക്ക് കയറാനും ഇറങ്ങാനും അപ്പോഴേക്കും പരിശീലനം സിദ്ധിച്ചു കഴിഞ്ഞിരുന്നു. അക്ക രേക്ക് കെട്ടിക്കൊണ്ടുപോയ ദിവസം അമ്മായിയും എളേമയും കര ഞ്ഞിരുന്നു. കല്യാണപ്പെണ്ണിനെ അക്കരെ കടത്താൻ ഒപ്പം പോയവർ തിരിച്ചു വരുമ്പോൾ അവർ പിന്നെയും കരഞ്ഞു. അക്കരെ സന്തോഷ മാണെന്ന് കരുതിയിരുന്ന എനിക്ക് അവർ എന്തിനാണ് കരഞ്ഞതെന്ന് മനസ്സിലായില്ല. ചാക്കിൽ കെട്ടി പുഴയ്ക്ക് അക്കരെ കടത്തിയ പൂച്ചകളും വലിയ വായിൽ നിലവിളിക്കാറുള്ളത് ഓർത്തു ഞാനപ്പോൾ. പിന്നീട് കടൽ കടന്ന് മണലാരണ്യത്തിലെ മഹാനഗരത്തിലെത്തിയപ്പോഴാണ് അക്കരെ കുന്നോളം വലിപ്പത്തിൽ കാത്തുനിന്ന സങ്കടങ്ങൾ ഞാൻ തിരിച്ചറിഞ്ഞത്. അക്കരക്കാരും ഇക്കരക്കാരും കുടുംബ ബന്ധങ്ങൾ കൊണ്ട് വല്ലാതെ വിളക്കിച്ചേർക്കപ്പെട്ടിരുന്നു. അക്കരെനിന്ന് ഇക്കരേക്കും ഇക്കരെ നിന്ന് അക്കരേക്കും ഒരുപാട് കല്യാണങ്ങൾ നടന്നു. അവരൊക്കെ ഇടയ്ക്കിടെ അക്കരെയും ഇക്കരെയും പോയി ഇരു കരകളും തമ്മിൽ സ്നേഹത്തിന്റെ പാലം തീർത്തു. മറുകര പോകാൻ അവർക്കൊരു പാലം വേണ്ടായിരുന്നു. തെയ്യത്തിൻകടവിൽ പാലം വരിക യാണ്. കാലത്തിന്റെ വേഗം മനുഷ്യ ബന്ധങ്ങളെ ദുർബ്ബലമാക്കിക്കൊ ണ്ടിരിക്കുമ്പോൾ അത് ഒരു മനസ്സിൽ നിന്ന് മറ്റൊരു മനസ്സിലേക്കുള്ള പാലമാകില്ല. ആ പാലം കയറി അക്കരെ പോകാം. തിരിച്ചു ഇക്കരേക്കു പോരാം. അത്രതന്നെ. എത്ര വൈകിയാണ് ഈ പാലം വരുന്നത്?

ഒരു പ്രണയത്തെ മുക്കിക്കൊന്ന ആ പ്രളയം കഴിഞ്ഞിട്ട് എത്ര കൊല്ലമായി? അന്ന് മൊയ്തീനും ഉസ്സൻ കുട്ടിയും അംജതും പോയി. അംജത് മോൻ വലിയ ഒരു കടമായി ഇപ്പോഴും പുഴയുടെ ഏതോ വഴികളിലുണ്ട്. ഉസ്സൻകുട്ടിയും വിസ്മൃതിയുടെ കയങ്ങളിലേക്ക് ആണ്ടു പായിക്കാണും. മൊയ്തീനെ പക്ഷേ, കാഞ്ചനേടത്തി മരിക്കാൻ അനുവദിക്കുന്നില്ല. അവരിലൂടെ മൊയ്തീന്റെ സ്നേഹം ജീവിക്കുന്നു. ആ സ്നേഹത്തിന്റെ നോവുകളെക്കുറിച്ചു മുമ്പും എഴുതിയിരുന്നു. ബ്ലോഗിൽ അക്കഥയെഴുതിയപ്പോൾ കാഞ്ചനേടത്തിയുടെ സന്നിധിയി ലേക്ക് തീർത്ഥാടനം ചെയ്യാൻ കൊതിച്ച് ഒരുപാട് പ്രണയികൾ ബന്ധ പ്പെട്ടിരുന്നു. പ്രണയം തകർന്നുപോയ ഒരു പെൺകുട്ടി കഴിഞ്ഞ അവധിക്കാലത്ത്, അവളുടെ കല്യാണത്തിന്റെ തൊട്ടു മുമ്പുള്ള ആഴ്ച കാഞ്ചനേടത്തിയ തേടി വന്നിരുന്നു. അന്ന് പക്ഷേ, അവർ ഏതോ യാത്രയിലായിരുന്നതിനാൽ ആ നഷ്ട പ്രണയിനി നിരാശയോടെ തിരിച്ചു പോയി. വെള്ളരിമലയിൽ ഉരുൾപൊട്ടി, കൂലം കുത്തിയൊഴുകിയ പുഴയിൽ നിറയെ യാത്രക്കാരുമായി മറുകരയ്ക്ക് നീങ്ങിയ കൊച്ചു

തോണി മറിഞ്ഞു. ഒരുപാട് പേരെ ജീവിതത്തിന്റെ കരയിലേക്ക് കൊണ്ടു വന്ന മൊയ്തീൻ പക്ഷേ, കയങ്ങളിലേക്ക് താണുപോയി. മൊയ്തീനു വേണമെങ്കിൽ സ്വയം നീന്തിക്കയറാമായിരുന്നു. ആരോ എറിഞ്ഞു കൊടുത്ത കയറിൽ പിടിക്കാൻ മൊയ്തീൻ കൂട്ടാക്കിയില്ല. മറ്റുള്ളവരെ നോക്കിക്കൊള്ളാനായിരുന്നുവത്രെ മൊയ്തീൻ അലറിയത്. ആ മലവെള്ളത്തിന്റെ കരുത്തിന് മുന്നിൽ ഏറെനേരം പിടിച്ചുനില്ക്കാൻ മൊയ്തീന് സാധിച്ചില്ല. മൊയ്തീൻ തോറ്റുകൊടുത്തു. മൊയ്തീൻ പോയി. ഇടവപ്പാതി തകർത്തുപെയ്ത ഒരു പ്രഭാതത്തിലായിരുന്നു.

അതിനു പിറ്റേന്നാകാം കാഞ്ചനേടത്തി വെളുത്ത വസ്ത്രത്തിലേക്ക് മാറിയത്. അവർ മൊയ്തീന്റെ വിധവയായി. കെട്ടാത്ത പുരുഷന്റെ വിധവ യാകുന്ന ചരിത്രത്തിലെ ആദ്യത്തേയും അവസാനത്തേയും സ്ത്രീ യാകും അവർ. മുക്കത്ത് ഇന്നും അവർ ഓർമ്മകൾക്കു മീതെ ജീവി ക്കുന്നു. മൊയ്തീൻ പോയപ്പോൾ പിന്നാലേ പോകാൻ കാഞ്ചനേടത്തി പലവട്ടം പുറപ്പെട്ടതാണ്. ഉറക്കഗുളികകൾ കഴിച്ചുനോക്കി. ഇരുവഴിഞ്ഞി പ്പുഴയിൽ ചാടി നോക്കി. വേറെയും പല മാർഗ്ഗങ്ങൾ നോക്കി. വീട്ടുകാരും ബന്ധുക്കളും കാവൽനിന്ന് ആ ജീവൻ കാത്തു. ദിവസങ്ങളോളം അന്നപാനീയങ്ങൾ വെടിഞ്ഞ് സ്വയം ഒടുങ്ങാൻ തീരുമാനിച്ച കാഞ്ചനേട ത്തി ഒരിറ്റു വെള്ളം കുടിക്കാൻ നിർബ്ബന്ധിച്ചവരോട് പറഞ്ഞു.

"എനിയ്ക്ക് ഇരുവഴിഞ്ഞിപ്പുഴയിലെ വെള്ളം വേണം."

മൊയ്തീൻ കുടിച്ചു മരിച്ച വെള്ളം. ജീവിതത്തിലേക്ക് തിരിച്ചു വരാനല്ല, കലങ്ങി മറിഞ്ഞ ആ വെള്ളം കുടിച്ച് സ്വയം ഇല്ലാതാകാൻ സാധിച്ചാലോ എന്നായിരുന്നു ചിന്ത. മറ്റൊരു വിവാഹത്തിനില്ലെന്ന വ്യവസ്ഥയിൽ, മൊയ്തീന്റ വിധവയായി അവർ ജീവിതത്തിലേക്ക് മടങ്ങി.

ഉറക്കഗുളികകളിലോ ഇരുവഴിഞ്ഞിപ്പുഴയിലോ നിരാഹാരത്തിന്റെ കാഠിന്യത്തിലോ കാഞ്ചനേടത്തിയുടെ ജീവിതം അവസാനിച്ചു പോയിരുന്നെങ്കിൽ മൊയ്തീനും കാഞ്ചനേടത്തിയും തമ്മിലുള്ള പ്രണയം ഒരു സാധാരണ പ്രണയമായി ഒടുങ്ങിപ്പോയേനേ.. അനശ്വരമായ ആ പ്രണയത്തിന്റെ കൂടി ഓർമ്മകൾക്കു മേലേ കൂടിയാണ് തെയ്യത്തിൻ കട വിലെ പാലം വരുന്നത്. പക്ഷേ, അതൊരിക്കലും ആ പ്രണയത്തിന് സ്മാരകമാകില്ല. ഒരു താജ്മഹലിനും പ്രതീകവല്ക്കരിക്കാനാകാത്ത താണല്ലോ ആ പ്രണയം! പാലങ്ങൾ നമ്മെ പുഴയിൽനിന്ന് അകറ്റുന്നു ണ്ടോ? പുഴവെള്ളത്തിൽ കാലു നനയാതെയാണ് ഇപ്പോൾ അക്കരെ കടക്കുന്നത്. ഇടവഴിക്കടവിൽ പാലം വന്നതിൽ പിന്നെ ചെറുവാടി യിലേക്കും കോട്ടമ്മലേക്കും വാഹനത്തിലായി യാത്ര. ഊർക്കടവിൽ പാലമുള്ളതു കൊണ്ട് കൂളിമാട് വഴി വെല്യോഴ (ചാലിയാർ) യിൽ കാല് നനയാതെ വാഹനത്തിലാണ് ഭാര്യാവീട്ടിലേക്കുള്ള യാത്രകൾ.

ഒരു കടത്തുകാരനെ കണ്ടിട്ട് എത്രകാലമായി? രണ്ട് കരയിലുള്ളവ രെ അക്കരെയിക്കരെ കടത്തുക മാത്രമല്ലല്ലോ കടത്തുകാരൻ ചെയ്തത്. രണ്ട് കരകൾ തമ്മിലുള്ള സ്നേഹത്തിന്റെ ഇടനിലക്കാരനായിരുന്നല്ലോ

അയാൾ. ഈ ദൗത്യം നിർവ്വഹിക്കാൻ സിമന്റിലും കമ്പിയിലും ഉരുവം കൊള്ളുന്ന ഏത് പാലത്തിന് സാധിക്കും? കടത്തും കടത്തുകാര നുമില്ലാത്ത പുഴ ഇപ്പോൾ അവധിക്കാലത്തു വന്നു കാണാനുള്ള കാഴ്ച മാത്രമാണ്.

ഇടവഴിക്കടവ് പാലത്തിൽ വന്ന് ഇരുവഴിഞ്ഞിയെ നോക്കി നില്ക്കും. പിന്നെ ഇരുവഴിഞ്ഞി ചാലിയാറിൽ അലിഞ്ഞു ചേരുന്നത് കാണും. മുക്കം വെസ്റ്റ് പൈപ്പ് പാലത്തിൽ പോയി ചെറുപുഴ വന്ന് ഇരുവഴിഞ്ഞി യിൽ ചേരുന്നത് നോക്കി നില്ക്കും. *നാടൻ പ്രേമത്തിൽ* മാളു നീന്തി ത്തുടിച്ചത് ഇവിടെയാണല്ലോ എന്നോർക്കും. ഊർക്കടവ് പാലത്തിൽ പോയി നില്ക്കുന്നതും പുഴയുടെ ഭംഗി കാണുവാൻ തന്നെയാണ്.

കടം പറയാൻ ഇനി ഈ കടവിലും ഒരു കടത്തുകാരനുണ്ടാകില്ല. കടവുകളിൽ കടത്തുകാരനോട് കടം പറയാത്ത യാത്രക്കാരുണ്ടാകില്ല. കൂലി മടക്കത്തിൽ തരാമെന്ന് പറഞ്ഞ് മറുകരയിലെ ആവശ്യങ്ങളിലേക്ക് അവർ പുറപ്പെടും. മടക്കം ഒരുറപ്പാണ്. കടത്തുകാരനും യാത്രക്കാരനും സ്വയം വിശ്വസിക്കുന്ന ഒരുറപ്പ്. കടം പറഞ്ഞു പോയവൻ തിരിച്ചു വരു മെന്ന് ഓരോ കടത്തുകാരനും വിശ്വസിക്കുന്നു. ഈ വിശ്വാസം പുഴയുടെ നന്മയാണ്. പ്രതീക്ഷയാണ്. പാലങ്ങൾ പുതിയ പ്രതീക്ഷകളുണർത്ത ട്ടെ. പക്ഷേ, ഒരിക്കലും പുഴയുടെ നന്മകളെ കെടുത്തിക്കളയരുത്.

മനസ്സിനിണങ്ങാത്ത ശരീരങ്ങൾ

തിരുനെൽവേലിയിൽ താമരഭരണി നദിയുടെ തീരത്ത് ഒരു അമ്പലമുണ്ട്. ചുടലൈമാട സ്വാമി ക്ഷേത്രം. അവിടെ, സ്വാമിയെ കുമ്പിട്ട് ഒരു ആൺകുട്ടി കരഞ്ഞു.

"സ്വാമീ, എന്താണ് എന്റെ കുറ്റം? എന്തിനാണ് എല്ലാവരും എന്നെ കളിയാക്കുന്നത്?"

അമ്പലത്തിൽ നിന്നിറങ്ങി, നദിയിലെ തെളിവെള്ളത്തിൽ മുഖം നോക്കിയിരുന്ന് പിന്നെയും അവൻ പലവട്ടം സങ്കടപ്പെട്ടു.

എന്റെ പെരുമാറ്റത്തിൽ എന്തോ കുഴപ്പമുണ്ട്? ഞാൻ മറ്റു കുട്ടികളെപ്പോലെയല്ല. എന്റെ പിറവി എന്റെ കുറ്റമാണോ?

അടർന്നുവീണ കണ്ണീർത്തുള്ളികൾ പുഴവെള്ളത്തോടൊപ്പം ദൂരേക്ക് ഒഴുകിപ്പോയി. അവന്റെ സങ്കടങ്ങൾ വലിയ ഓളങ്ങൾ സൃഷ്ടിച്ച് ജീവിതത്തെ വിഴുങ്ങിക്കൊണ്ടിരുന്നു.

മുത്തുസെൽവൻ എന്നായിരുന്നു അവന് പേര്. കർഷകനായ അച്ഛന്റെ മൂത്ത മകൻ. അതിർത്തിയിലെ മലയാള ഗ്രാമത്തിൽനിന്ന് പ്രണയിച്ച പെണ്ണിനെ കൂടെക്കൊണ്ടുവന്ന് പൊറുപ്പിച്ച ആ കർഷകന് പ്രാരബ്ധങ്ങൾ കുന്നോളമുണ്ടായിരുന്നു. മകൻ പഠിച്ച് വലിയ ഡോക്ടറാകുമ്പോൾ കഷ്ടപ്പാടുകൾക്ക് അറുതിയാകുമെന്ന് അയാൾ സ്വപ്നം കണ്ടു. അതുകൊണ്ട് തൂത്തുക്കുടിയിലെ ബന്ധുവീട്ടിൽ നിർത്തിയാണ് മുത്തുസെൽവനെ പഠിപ്പിച്ചത്. അഞ്ചാം ക്ലാസ് വരെ അവിടെയായിരുന്നു. അച്ഛനുമമ്മയും വല്ലപ്പോഴുമേ വരൂ. ആ വീട്ടിലെ പെരിയമ്മയും ഭർത്താവുമാണ് തന്റെ മാതാപിതാക്കളെന്ന് കുറേക്കാലം മുത്തു വിശ്വസിച്ചു.

അവിടുത്തെ സ്കൂളിൽ, രണ്ട് പെൺകുട്ടികളുടെ നടുവിലായിരുന്നു മുത്തുവിന്റെ ഇരിപ്പിടം. കൂട്ടുകാരികൾ പെൺകുട്ടികൾ. സ്കൂളിലേക്ക് പോകുന്നത് അവന് വലിയ സന്തോഷമായിരുന്നു. കൂട്ടുകാരെ കാണാം. അവരോടൊപ്പം കളിച്ചുല്ലസിക്കാം. കൂട്ടുകാരും വീട്ടുകാരുമൊക്കെ അവന്റെ പെരുമാറ്റത്തിലെ പെണ്മ കണ്ടെത്തിയത് പെട്ടെന്നാണ്. എടുപ്പിലും നടപ്പിലും വർത്തമാനത്തിലുമൊക്കെ പെണ്മ തുളുമ്പിനിന്നു. പെരിയമ്മ അതിന് അവനെ വല്ലാതെ വഴക്കു പറഞ്ഞുകൊണ്ടിരുന്നു. പൊമ്പിള മാതിരി നടപ്പിന് അവരുടെ തിട്ടൽ കേട്ട് അവന് മനം മടുത്തു. അപ്പോഴേക്കും പെരിയമ്മ തന്റെ ശരിക്കുള്ള അമ്മയല്ലെന്ന് അവൻ തിരിച്ചറിഞ്ഞിരുന്നു. സ്വന്തം അമ്മയാണെങ്കിൽ ഇത്രയും വലിയവായിൽ ചീത്ത പറയില്ലെന്ന് അവൻ വിചാരിച്ചു. അടുത്ത തവണ അമ്മ കാണാൻ വന്നപ്പോൾ അവൻ പറഞ്ഞു, "എനിക്കിവിടെ നില്ക്കേണ്ട, അമ്മയോ ടൊപ്പം വന്നാൽ മതി."

ആറാം ക്ലാസുമുതൽ മുത്തു സ്വന്തം ഗ്രാമത്തിലെ സ്കൂളിലെത്തി. നഗരത്തിൽനിന്ന് വളരെ വ്യത്യസ്തമായ അന്തരീക്ഷം. അവന് സന്തോ ഷമായി. കൂടുതൽ സ്വാതന്ത്ര്യം. അവിടെയും അവന്റെ കുഴപ്പം ആളുകൾ കണ്ടുപിടിച്ചു. പെൺകുട്ടികളെപ്പോലെയാണ് നടപ്പ്. ആളുകൾ കളിയാ ക്കാൻ തുടങ്ങി. അതോടെ, അവനാരോടും അധികം സംസാരിക്കാതെ യായി. ഒഴിവു സമയത്തൊക്കെ വീട്ടിലിരിക്കും. അച്ഛനുമമ്മയും പാടത്ത് പണിക്കുപോകുമ്പോൾ വീട്ടിലെ എല്ലാ വേലയും അവനെടുക്കും. പെൺകുട്ടികളെപ്പോലെ, മുറ്റമടിക്കും, വീട് വൃത്തിയാക്കും പാത്രങ്ങൾ കഴുകിവെക്കും.

പെരിയമ്മയെപ്പോലെ അമ്മയുമച്ഛനും ചീത്തപറയാൻ തുടങ്ങി. "പെൺകുട്ടികളെപ്പോലെ നടക്കരുത്. ആൺകുട്ടികളെപ്പോലെ പെരുമാറ ണം." കാണുന്നവരൊക്കെ ഉപദേശിക്കാൻ തുടങ്ങി. അവന് പറ്റില്ല. മനഃ പൂർവം പെരുമാറാൻ ശ്രമിച്ചാൽ താനഭിനയിക്കുകയാണെന്ന് അവന് തോ ന്നും. സൈ്ത്രണമായ പെരുമാറ്റത്തിൽ അവന് സ്വാഭാവികത അനുഭ വപ്പെട്ടു. അഭിനയിച്ച് മറ്റൊരാളായി മാറാൻ വയ്യാത്തതുകൊണ്ട് അവൻ തന്നിലേക്കുതന്നെ ഒതുങ്ങിക്കൂടി. അച്ഛന് ഒറ്റ ആഗ്രഹമേയുള്ളൂ. നന്നായി പഠിക്കണം, പഠിച്ച് ഡോക്ടറാകണം.

ഒൻപതാം ക്ലാസിൽ പഠിക്കുമ്പോഴായിരുന്നു അത്. ക്ലാസിലെ ഒരു കുട്ടി മുത്തുവിനെ കെട്ടിപ്പിടിച്ച് ഉമ്മവെച്ചു, മറ്റു കുട്ടികൾ നോക്കി നിൽക്കെ. അവന് സങ്കടം വന്നു. "നീ പൊമ്പിള മാതിരി ഇരിക്ക്" എന്നു പറഞ്ഞ് കുട്ടികൾ ആർത്തു ചിരിച്ചു. ആ വികൃതിച്ചെക്കൻ പിന്നെയും അത് ആവർത്തിച്ചു. അവൻ ആരോടും പരാതിപ്പെട്ടില്ല. പരാതിപ്പെട്ടാൽ "നീ പൊമ്പിള മാതിരി നടക്കാത്, അതു താൻ തപ്പ്" എന്ന് അവരും ചീത്തപറയും. പുഴക്കരയിലെ അമ്പലത്തിൽ ചുടലൈമാട സ്വാമിക്കു

മുന്നിൽ ചെന്ന് അവൻ സങ്കടം പറഞ്ഞ് കരഞ്ഞു, "സ്വാമീ എന്നെ ആരും മനസ്സിലാക്കുന്നില്ല."

അവന് സ്കൂളിൽ പോകാൻ പേടിയായി. എല്ലാവരും അവനെ നോക്കി ചിരിക്കുന്നു. ബസ് വരാൻ നേരത്ത് മാത്രമേ അവൻ ബസ് സ്റ്റോപ്പിലേക്ക് പോകൂ. മറ്റ് ആൺകുട്ടികളെ കാണുമ്പോൾ അവന് നാണം വരും. തല ഉയർത്താൻ പറ്റാതെ വല്ലാത്ത ഒരു ഭാരത്തിൽ നില്ക്കും. ആ നില്പിൽ അവൻ പലപ്പോഴും കരച്ചിൽ വരും.

പത്ത് കഴിഞ്ഞപ്പോൾ അച്ഛൻ പറഞ്ഞു, "നീ വിഷമിക്കേണ്ട. നന്നായി പഠിക്കണം. പഠിപ്പിൽ മാത്രം ശ്രദ്ധിച്ചാൽ മതി." പഠിക്കാൻ മുത്തു മിടുക്കനായിരുന്നു. പെരുമാറ്റത്തിലെ സ്ത്രൈണഭാവം ഒഴിവാക്കാൻ സ്വയം ശ്രമിച്ചു നോക്കി. നടക്കില്ല. പ്ലസ്ടുവിന് പഠിച്ച രണ്ടുകൊല്ലം ശരിക്കും ദുരന്തമനുഭവിച്ചു. ഒപ്പം പഠിക്കുന്ന വികൃതിപ്പിള്ളേർ മുത്തുവിന്റെ നിഷ്കളങ്കതയ്ക്കുമേലെ കുതിര കയറി. അവന് ആത്മവിശ്വാസം നഷ്ടപ്പെട്ടു. ഒൻപത് എന്ന വിളിപ്പേർ അവൻ ആദ്യമായി കേട്ടു. ഒൻപത് തിരിച്ചിട്ടാൽ ആറ് എന്നും വായിക്കാം. ആരോ ഒൻപതോ എന്ന് ഒരു കൺഫ്യൂഷനുണ്ടാക്കുന്ന അക്കം. ആണോ പെണ്ണോ എന്ന് തിട്ടമില്ലാത്തവനെ ആണുംപെണ്ണുമായി ജനിച്ചവർ വിളിക്കുന്ന പേരാണ് തമിഴ് നാട്ടിൽ ഒൻപത്. അവനെ വിളിച്ചുകൊണ്ടുപോയി ഒരുത്തൻ സ്വയംഭോഗം ചെയ്യാൻ ആവശ്യപ്പെട്ടു. അവന് അതറിയില്ലായിരുന്നു. ആ വികൃതി ച്ചെക്കൻ അപ്പോൾ അവന്റെ മുന്നിൽവെച്ച് അത് ചെയ്തു കാണിച്ചു കൊടുത്തു. ആത്മവിശ്വാസം നഷ്ടപ്പെട്ട് പഠനം അവസാനിപ്പിച്ചാലോ എന്നുവരെ മുത്തു അപ്പോൾ ചിന്തിച്ചുപോയി.

ഇന്ന് അവൻ മുത്തുസെൽവൻ അല്ല. സെൽവിയാണ്. ചെന്നൈയിൽ നാലുപേരറിയുന്ന ഫിസിയോതെറാപ്പിസ്റ്റ്. ലിംഗമാറ്റത്തിലൂടെ അവൾ 'സരിയാന പൊമ്പിള'യായി. ഇപ്പോൾ അവൾക്ക് പൊമ്പിള മാതിരി നടക്കാം, പേച്ചും സിരിപ്പും പൊമ്പിള മാതിരി ആകാം. അവൾ പൂർണ്ണമായും സ്ത്രീയായി മാറിക്കഴിഞ്ഞു. മുടിയും മാറും വളർന്ന് ശരിക്കുമൊരു പെണ്ണ്. കടക്കണ്ണിട്ടു നോക്കുമ്പോൾ "എന്തെടാ നീ പെണ്ണുങ്ങളെപ്പോലെ നോക്കുന്നു" എന്ന് ഇനി ആരും ചോദിക്കില്ല. ചെന്നൈ ഇ എസ് ഐ ആസ്പത്രിക്ക് സമീപം സെൽവിയുടെ ഒറ്റമുറിയുള്ള വാടകവീട്ടിൽ ചെല്ലുമ്പോൾ അവിടെ പുറംവേദനയുള്ള ഒരാളെ ചികിത്സിക്കുകയായിരുന്നു അവൾ. ചികിത്സ കഴിഞ്ഞ്, അയാൾ പുറത്തേക്ക് പോയപ്പോൾ സെൽവി പറഞ്ഞു. "കസ്റ്റംസ് ഓഫീസറാണ് അദ്ദേഹം. ഇതുപോലെ നിറയെ പേഷ്യൻസുണ്ട് എനിക്ക്. ഒരു സിറ്റിങ്ങിന് നാനൂറ്, നാനൂറ്റമ്പത് രൂപ കിട്ടും."

സമ്പൂർണ്ണ സ്ത്രീയിലേക്കുള്ള സെൽവിയുടെ മാറ്റം പൂർത്തിയാകുന്നേയുള്ളൂ. ചെന്നൈ ഗവ. ആസ്പത്രിയിലായിരുന്നു ലിംഗമാറ്റ

ശസ്ത്രക്രിയ (sex rearrangement surgery). വാനിറ്റി ബാഗിൽനിന്ന് രണ്ട്
കൃത്രിമ പുരുഷ ലിംഗങ്ങൾ പുറത്തെടുത്തു സെൽവി പറഞ്ഞു.

I am a complete woman now. കഴിഞ്ഞ ഏപ്രിൽ പന്ത്രണ്ടിനായി
രുന്നു സർജറി. ദാ ഇതുകണ്ടോ? കൃത്രിമ ലിംഗങ്ങളാണ്. ഇത്
ഉപയോഗിച്ച് കൃത്രിമമായി വെച്ചുപിടിപ്പിച്ച യോനിയുടെ ദ്വാരം മെയിന്റെ
യിൻ ചെയ്യണം. കുറച്ചു ദിവസത്തെ എക്സർസൈസാണ്. മൂന്നര ഇഞ്ച്
വരെ ആഴത്തിലാണ് കൃത്രിമ യോനി സ്ഥാപിച്ചിരിക്കുന്നത്. അത്
നിലനിർത്തണം.

സെൽവിയുടെ വാക്കുകളിൽ ആത്മവിശ്വാസവും ആനന്ദവും
മാത്രമല്ല, പുതിയൊരു ഊർജ്ജംകൂടി മിന്നുന്നതായി തോന്നി.
സംഭാഷണം അവസാനിപ്പിക്കുമ്പോഴാണ് ആ ഊർജ്ജം ശരിക്കും
അനുഭവപ്പെട്ടത്. അവൾ പ്രഖ്യാപിച്ചു: "ഇനിയൊരു ജന്മമുണ്ടെങ്കിൽ
എനിക്ക് ട്രാൻസ്ജെൻഡർ ആയിത്തന്നെ പിറക്കണം."

"അതെന്തിനാണ്, പെണ്ണായി പിറന്നാൽ പോരേ? ഇത്രയും ദുരിതം
സഹിച്ച് പെണ്ണായി മാറുന്നതിനേക്കാൾ നല്ലതല്ലേ അത്?" ഞാൻ
ചോദിച്ചു.

സെൽവി വാദിച്ചു: "പുരുഷനെക്കാളും സ്ത്രീയെക്കാളും ഒരു പടി
ഉയരത്തിലാണ് ട്രാൻസ്ജെൻഡർ. പുരുഷന്റെ ശക്തിയും സ്ത്രീയുടെ
ശക്തിയും ഞങ്ങൾക്കുണ്ട്. സ്നേഹം, കരുണ ഒക്കെ ഞങ്ങളിൽ വേറെ
ഒരു ഉയരത്തിലാണുള്ളത്."

പെണ്ണിലേക്കുള്ള മാറ്റം പക്ഷേ, അത്ര അനായാസമായിരുന്നില്ല.
അതുവരെയുള്ള ജീവിതം അതിനെക്കാൾ കഷ്ടമായിരുന്നു. സെൽവി
ജീവിതാനുഭവങ്ങൾ പങ്കുവെച്ചു.

പ്ലസ്ടു കഴിഞ്ഞപ്പോൾ ഫിസിയോതെറാപ്പി പഠിക്കാനാണ് സെൽവി
ചെന്നൈയിലേക്ക് പോരുന്നത്. പോരുമ്പോൾ അച്ഛന് തീരെ താത്പര്യ
മുണ്ടായിരുന്നില്ല. വീടിനടുത്ത് തിരുനെൽവേലിയിലെ കോളേജിൽ പഠി
ച്ചാൽ മതിയെന്നായിരുന്നു അച്ഛന്റെ ആഗ്രഹം. മകന്റെ സൈ്ത്രണമായ
പെരുമാറ്റവും നിഷ്കളങ്കതയും ചെന്നൈ മഹാനഗരത്തിന് പറ്റിയതല്ലെന്ന്
അച്ഛൻ ശങ്കിച്ചു. ഒറ്റയ്ക്കൊന്നും ചെന്നൈയിലേക്ക് പോകേണ്ടെന്ന്
അദ്ദേഹം പറഞ്ഞു. പക്ഷേ, സെൽവിക്ക് തന്റെ യാത്രയുടെ ന്യായവും
അതുതന്നെയായിരുന്നു.

"ഞാൻ ആൺകുട്ടിയാണെന്നല്ലേ നിങ്ങൾ എപ്പോഴും ഓർമ്മിപ്പിക്കാ
റുള്ളത്? ഞാനൊരു ആൺകുട്ടിയല്ലേ? എന്തിനാണ് എപ്പോഴും എന്റെ
കൂടെ ഒരാൾ? ഞാൻ തനിച്ചു പോകണം. എന്തിനാണ് അച്ഛൻ ഭയപ്പെ
ടുന്നത്?" ആ ചോദ്യത്തിന് മുന്നിൽ അച്ഛനുമമ്മയും വഴങ്ങി.

നാഗർകോവിലിൽനിന്ന് ചെന്നൈയിലേക്കുള്ള യാത്രയിൽ തീവ
ണ്ടിയിൽവെച്ച് പരിചയപ്പെട്ട ഒരു ഡോക്ടർ ഫിസിയോതെറാപ്പിയുടെ

സാദ്ധ്യതകളെക്കുറിച്ച് കൂടുതൽ പറഞ്ഞുകൊടുത്തു. ആ യാത്രയിലാണ് തന്നിലൊരു പെണ്ണുണ്ടെന്ന് മുത്തു ആദ്യമായി അറിയുന്നത്. യാത്ര അവസാനിക്കുന്നതിന് മുൻപ് സുന്ദരനായ ആ ഡോക്ടറോട് ഉള്ളിലെ വിടെയോ ഒരു പ്രണയം മൊട്ടിട്ടിട്ടുണ്ടായിരുന്നു. ചെന്നെയിൽ എം ഡി ക്ക് പഠിക്കുകയായിരുന്നു അദ്ദേഹം.

കോളേജിൽ സീനിയർ കുട്ടികൾ റാഗ് ചെയ്യാൻ വരുമ്പോൾ മുത്തുവിന് ചിരി വരും. ചിരിയോ ചിരി. നിർത്താതെ ചിരിക്കും. കളിയാക്കിയാലും അടിച്ചാലുമൊക്കെ ചിരി. ഉള്ളിലെ പെണ്മ അവർ പെട്ടെന്ന് കണ്ടുപിടിച്ചു. അവൻ ചിരിക്കുന്നത് പെൺകുട്ടികളെപ്പോ ലെയാണ്. ഒരു ദിവസം സീനിയർ കുട്ടികൾ പൂർണ്ണ നഗ്നനായി നൃത്തം ചെയ്യിച്ചു.

പിന്നീട് മുതിർന്ന ചില കുട്ടികൾ സെക്സിന് വിളിക്കും. മുറിയിലേക്ക് ചെല്ലാൻ പറയും. ഞാൻ രക്ഷപ്പെട്ട് റൂമിലേക്ക് ഓടിപ്പോരും. അതിനിടെ, എനിക്ക് ഒരു പയ്യനോട് ഒരാകർഷണം. റാഗിങ്ങിൽപ്പെട്ട് കരഞ്ഞു നില്ക്കുമ്പോഴാണ് അയാൾ വന്നത്. നല്ല ശരീരമൊക്കെയുള്ള ഒരാൾ. എന്റെ കൂട്ടുകാരന്റെ കൂട്ടുകാരനാണ്. തമിഴ് മീഡിയത്തിൽ പഠിച്ച എനിക്ക് പാഠഭാഗങ്ങൾ പരിഭാഷപ്പെടുത്തിത്തരാനൊക്കെ അയാൾ സഹാ യിച്ചു. ഒരു ദിവസം അയാൾ പൊടുന്നനെ എന്നെ ചുംബിച്ചു കളഞ്ഞു. ഞാൻ പേടിച്ചുപോയെങ്കിലും അതോടെ അയാളോട് എനിക്ക് വലിയ ഇഷ്ടമായി. പക്ഷേ, അയാൾക്ക് തൊട്ടടുത്ത സ്കൂളിൽ പ്ലസ്ടുവിന് പഠിക്കുന്ന ഒരു കുട്ടിയോട് പ്രണയമുണ്ടായിരുന്നു. എനിക്ക് അത് സഹിച്ചില്ല. അയാളോട് എനിക്ക് ഒരുതരം പൊസ്സസീവ്നെസ്സ് ആയിരുന്നു. ഞാൻ കാര്യം പറഞ്ഞു. "നിന്നെ എനിക്കുമാത്രമായിട്ടു വേണം. നീ വേറെ പെൺകുട്ടികളോടൊന്നും മിണ്ടരുത്."

അയാൾ ചോദിച്ചു, "നീ ഒൻപതാണോ?"

അതെന്നെ വല്ലാതെ വേദനിപ്പിച്ചു. അതിന്റെ അർത്ഥം ഞാൻ ആണും പെണ്ണും കെട്ടവനെന്നല്ലേ? സത്യത്തിൽ ഞാനാരാണ്? എനിക്കറിയില്ല. എനിക്ക് ആണുങ്ങളോടേ ആകർഷണം തോന്നുന്നുള്ളൂ. പക്ഷേ, ഞാൻ സ്വവർഗ്ഗാനുരാഗിയല്ല. ഒരു പുരുഷനു കീഴിൽ, കാമുകിയായി, ഭാര്യയായി കഴിയാനാണ് എനിക്ക് ഇഷ്ടം. ഞാൻ കടുത്ത നിരാശയിലായി. അവൻ പിന്നീട് എന്നോട് സംസാരിക്കുന്നേയില്ല. ഞാനൊരു കത്തെഴുതി, അവന്റെ കാബിനിൽ കൊണ്ടുപോയി വെച്ചു. ഞാൻ ആദ്യമായെഴുതുന്ന പ്രണയ ലേഖനമായിരുന്നു അത്. എന്റെ ഹൃദയം അതിൽ തുറന്നുവെച്ചിരുന്നു. എന്നെ അയാൾക്ക് മനസ്സിലായില്ല. എന്റെ വേദന അയാൾ കണ്ടില്ല. ആറുമാസത്തിനുശേഷം അയാൾ വേറെ ഹോസ്റ്റലിലേക്ക് താമസം മാറി.

ഹോസ്റ്റൽ വാർഡൻ എന്റെ കാര്യങ്ങൾ മനസ്സിലാക്കിയിരുന്നു. രമണ

യിലെ വിജയ്കാന്തിനെപ്പൊലെയായിരുന്നു അദ്ദേഹം. അദ്ദേഹത്തിന്റെ സിൽബന്തികളായി നാല് കുട്ടികളുണ്ടായിരുന്നു. ഹോസ്റ്റലിലെയും കോളേജിലെയും കാര്യങ്ങളൊക്കെ വാർഡനെ അറിയിക്കുന്നത് ഈ സംഘമാണ്. ആ കൂട്ടത്തിൽ എന്നെയും കൂട്ടി. അദ്ദേഹത്തിന്റെ മുറിയി ലേക്ക് ഞാനും താമസം മാറി. എന്നെ ഒരു മകനെപ്പോലെ അദ്ദേഹം നോക്കി. ഞാൻ നേരത്തെ പറഞ്ഞില്ലേ, എനിക്ക് നല്ല ഒരു കൂട്ടുകാരനെ കിട്ടിയെന്ന്. അവൻ വാർഡന്റെ സിൽബന്തികളിൽ പെട്ടവനായിരുന്നു. അവർ വാർഡന്റെ മുറിയിലിരുന്നു സിഗററ്റ് വലിക്കും, മദ്യപിക്കും. എനിക്ക് ഇത് രണ്ടും ഇഷ്ടമായിരുന്നില്ല. പക്ഷേ, അവരെല്ലാം നല്ലവരായിരുന്നു. കളിയാക്കുന്നവരിൽ നിന്ന് എനിക്ക് അവർ രക്ഷയായി. എനിക്ക് കൂടുതൽ ആത്മവിശ്വാസം കൈവന്നത് അവിടെ താമസിക്കാൻ തുടങ്ങിയ പ്പോഴാണ്. വാർഡൻ ഇല്ലാത്തപ്പോൾ, എന്ത് പ്രശ്നമുണ്ടായാലും ഈ നാൽവർ സംഘത്തോട് പറഞ്ഞാൽ മതിയെന്നും അദ്ദേഹം പറഞ്ഞു. എന്റെ വസ്ത്രധാരണ രീതി, ഹെയർസ്റ്റൈൽ, നടപ്പ് ഒക്കെ മാറ്റാൻ അവർ ശ്രമിച്ചു. എന്റെ ക്യാരക്ടറും പേഴ്സണാലിറ്റിയും മാറ്റിയെടുക്കാനാ യിരുന്നു അവരുടെ ശ്രമം. അത് പക്ഷേ, എന്റെ ജന്മംതന്നെയാണ്. അത് മാറ്റാൻ പറ്റില്ല. മാറിയില്ല.

മദ്യപിക്കുകയും പുകവലിക്കുകയും ചെയ്യുന്ന എല്ലാവരും ചീത്ത ആളുകളല്ലെന്ന് മനസ്സിലായത് അവരോടൊപ്പം താമസിച്ചു തുടങ്ങിയപ്പോ ഴാണ്.

ഒരു അവധിക്കാലത്ത് എല്ലാവരും വീട്ടിലേക്ക് പോയി. ഞാൻ പോകുന്നില്ലെന്ന് തീരുമാനിച്ചു. എൻ സി സി ക്യാമ്പിൽ പങ്കെടുക്കുന്ന തിന് എന്റെ കൂട്ടുകാരനും അവധിക്ക് പോയില്ല. മുറിയിൽ ഞങ്ങൾ തനിച്ചായി. അന്നുരാത്രി എന്റെ നെഞ്ചിൽ എന്തോ ഒരു ഭാരം അനുഭവ പ്പെട്ടു. കണ്ണുതുറന്നു നോക്കുമ്പോൾ കൂട്ടുകാരൻ എന്റെ മേലെ കിട ക്കുന്നു. എന്നെ ഇറുകെ പിടിച്ച് ചുംബിച്ചുകൊണ്ടിരിക്കുന്നു. ഞാൻ ഒട്ടും പ്രതീക്ഷിക്കാത്ത ഒരു നടപടിയായിരുന്നു അത്. എന്ത് ചെയ്യണമെന്ന് അറിയില്ല. വാർഡൻ സാർ നമ്മളെ വിശ്വസിച്ച് ഇവിടെ നിർത്തിയ താണെന്നും ഇങ്ങനെയൊന്നും ചെയ്യാൻ പാടില്ലെന്നും ഞാൻ അവനെ പറഞ്ഞു മനസ്സിലാക്കാൻ നോക്കി. തെറ്റ് ചെയ്യുന്നു എന്ന ഒരു തോന്നലാ യിരുന്നു എനിക്ക്. പിറ്റേ ദിവസവും അവൻ അങ്ങനെയൊക്കെ ചെയ്തു. അതിന് അടുത്ത ദിവസം അവൻ ശരിക്കും സെക്സ് ചെയ്തു. ഞാൻ മനസ്സുകൊണ്ട് സുഖിച്ചു. ശരീരത്തെക്കാളേറെ എന്റെ മനസ്സ് ആനന്ദിച്ചു. അവൻ എന്റെ ഭർത്താവാണെന്ന് ഞാൻ സങ്കല്പിച്ചു.

പുരുഷൻ മണവെവിയെ കെട്ടിത്തഴുകുമ്പോൾ എപ്പടിയിരുക്കും. അന്ത മാതിരി ഒരു സുഖം. പാശം. ഒരു ലവ്, അഫക്ഷൻ. എനിക്ക് അതെല്ലാ മുണ്ടായി. ഈ ഓർഗാസം എന്ന് പറയുന്നത് ശരീരത്തിന് മാത്രമല്ല, മനസ്സി

നും കൂടിയാണല്ലോ. ഇപ്പോഴിതാ, ഞാനൊരു പൂർണ്ണ സ്ത്രീയാണെന്ന് പറഞ്ഞില്ലേ. പക്ഷേ, എന്നെപ്പോലെ കൃത്രിമ യോനിയുമായി ജീവിക്കുന്ന ട്രാൻസ്ജെൻഡേഴ്സിന് മനസ്സുകൊണ്ടേ രതിമൂർച്ഛ അനുഭവിക്കാൻ പറ്റൂ. അത് ഞങ്ങൾക്കുമാത്രം അനുഭവിക്കാൻ കഴിയുന്ന ഒരു സുഖമാണ്.

ആ സംഭവത്തോടെ ഞാനും എന്റെ കൂട്ടുകാരനും തമ്മിലുള്ള പെരു മാറ്റം ആളുകൾ ശ്രദ്ധിക്കാൻ തുടങ്ങി. നിങ്ങൾ പുരുഷനും പൊണ്ടാട്ടി യുമാണെന്ന് അവർ കളിയാക്കും. 2004 ൽ അവന്റെ കോഴ്സ് തീർന്നു. കൂട്ടുകാരൻ യാത്ര പറഞ്ഞുപോയ ദിവസം ആദ്യമായി ഞാൻ മദ്യപിച്ചു. അവൻ പോയപ്പോൾ എനിക്ക് സഹിക്കാൻ പറ്റിയില്ല. ആ വേർപാട് എന്നെ തകർത്തു. ഭക്ഷണം ശരിക്കു കഴിക്കില്ല. ഉറക്കം വരില്ല. പഠന ത്തിലും ശ്രദ്ധ കുറഞ്ഞു. ജയംരവിയുടെ ഒരു കട്ടുണ്ടായിരുന്നു അവന്. ജയംരവിയെ ടി വി യിൽ കാണുമ്പോഴൊക്കെ ഞാൻ ആവേശത്തോടെ കണ്ടിരുന്നു.

ഇതിനിടെ, വാർഡൻ കല്യാണം കഴിഞ്ഞ് സ്വന്തം വീട്ടിലേക്ക് മാറി. അദ്ദേഹത്തിന്റെ ഭാര്യക്ക് എന്നെ അറിയാമായിരുന്നു. അവർ ദീർഘകാല മായി പ്രണയത്തിലായിരുന്നു. അവരുടെ വീട്ടിലെ ഒരു മുറിയിൽ എന്നെയും അവർ താമസിക്കാനനുവദിച്ചു.

ആയിടയ്ക്കാണ് ബയോടെക്നോളജി കോഴ്സിന് പഠിക്കുന്ന ഒരു വിദ്യാർത്ഥിയെ പരിചയപ്പെട്ടത്. അവൻ വാർഡന്റെ വീട്ടിൽ വരുമാ യിരുന്നു. കോളേജിൽ ഒരു റൗഡി പരിവേഷമുള്ള ആളായിരുന്നു. എങ്കിലും വാർഡന് വേണ്ടപ്പെട്ടവൻ. അവൻ ഒരു ദിവസം വീട്ടിൽ വന്നു. മദ്യപാനത്തിനിടെ അവൻ ഛർദ്ദിച്ചു. ഞാൻ അവനെ കുളിമുറിയിൽ കൊണ്ടുപോയി, വൃത്തിയാക്കി എന്റെ മുറിയിൽ കൊണ്ടുപോയി കിടത്തി. അവൻ എന്നോട് വല്ലാത്ത സ്നേഹം കാണിച്ചു.

ഒരു രാത്രി ഞാൻ വീടിന്റെ ടെറസ്സിൽ ഇരുന്നു പഠിക്കുകയായിരുന്നു. എങ്ങനെയോ അവൻ അവിടെ കയറിവന്നു. പിറ്റേദിവസം പരീക്ഷയാണ്. അവൻ എന്നെ കെട്ടിപ്പിടിച്ചു. ഞാൻ വിറങ്ങലിച്ച് നിന്നു. നീ എനിക്ക് സഹോദരനെപ്പോലെയാണ്, ഇങ്ങനെയൊന്നും ചെയ്യരുതെന്ന് ഞാൻ പറ ഞ്ഞുനോക്കി. എന്റെ മനസ്സിൽ എന്റെ കൂട്ടുകാരൻ മാത്രമേയുള്ളൂതാനും. ഞാൻ അവനോട് ചെയ്യുന്ന തെറ്റാകും. ബഹളം വെച്ച് അവനെ പിന്തിരിപ്പിക്കാനും വയ്യ. ഒടുവിൽ അവന്റെ ആഗ്രഹത്തിന് വഴങ്ങിക്കൊ ടുക്കേണ്ടി വന്നു. പക്ഷേ, അവൻ പിന്നീട് ഇതൊരു പതിവാക്കി. ആഗ്രഹം നിറവേറ്റി പോകുമെന്നല്ലാതെ, അവൻ ഒരിക്കലും എന്നെ സ്നേഹിച്ചില്ല. നല്ല പെൺകുട്ടികളെ കാണുമ്പോൾ അവൻ അവരുടെ കൂടെ പോകും. അതും എന്നെ വേദനിപ്പിച്ചു. എന്റെ മനസ്സ് കാണാൻ അവനും സാധിച്ചില്ല.

ഇടയ്ക്ക് ഒരു കാര്യം പറയാൻ വിട്ടുപോയി. ഇതിനിടെ, ഒരു ദിവസം എന്റെ കൂട്ടുകാരൻ വാർഡനെ കാണാൻ വന്നിരുന്നു. അന്ന് അവൻ

എന്നോടൊപ്പമാണ് ഉറങ്ങിയത്. അന്ന് അവൻ ആദ്യമായി വദനസുരത
ത്തിന് നിർബ്ബന്ധിച്ചു. എനക്ക് കാതൽ താൻ മുഖ്യം. അവനെ ഞാൻ
അത്രമേൽ സ്നേഹിച്ചിരുന്നു. അവന്റെ ആഗ്രഹം നിരസിക്കാൻ എനിക്ക്
സാധിച്ചില്ല. പക്ഷേ, അവനും എന്നെ മനസ്സിലാക്കാൻ സാധിച്ചില്ല. വലിയ
കുടുംബത്തിൽ പിറന്നവനായിരുന്നു അവൻ.

അങ്ങനെയാണ് ഞാൻ പെണ്ണാകുന്നതിനെക്കുറിച്ച് ആലോചി
ക്കുന്നത്. എന്തുകൊണ്ടാണ് ഒരു പുരുഷനും എന്നെ മനസ്സിലാക്കാൻ
കഴിയാത്തത്? പെൺകുട്ടികൾക്ക് മുടിയും മാറുമുണ്ട്. അവരുടെ
അവയവം വേറെയാണ്. അവയൊക്കെ എനിക്കും വേണം. പെണ്ണിനെ
ക്കാൾ അഴകായിരുന്നാൽ ആണുങ്ങൾ എന്റെ പിന്നാലെ വരും. ഒരു
ആമ്പിളയാണെന്നത് മാത്രമാണ് എന്റെ കുറ്റം. അത് മാറണം. സമൂഹം
വിലമതിക്കുന്ന പെണ്ണായി മാറണം. ഇങ്ങനെ രണ്ടുമല്ലാത്ത രീതിയിൽ
ജീവിക്കാൻ വയ്യ.

കോഴ്സ് കഴിഞ്ഞ് ട്രെയിനിങ്ങിന് പോകുന്നസമയത്ത് തീവണ്ടിയിൽ
വെച്ച് ഒരു ട്രാൻസ്ജെൻഡർ സ്ത്രീയെ കണ്ടു. ആനന്ദി എന്നായിരുന്നു
അവരുടെ പേര്. പരിചയപ്പെട്ടപ്പോൾ അവരോട് ഞാനെന്റെ വേദന
മുഴുവൻ പറഞ്ഞു. എന്നെപ്പോലുള്ളവരെക്കുറിച്ച് അവർ പറഞ്ഞുതന്നു.
ഒരു ദിവസം രാത്രി ഞാൻ ഗിണ്ടി റെയിൽവെസ്റ്റേഷനിൽ ചെന്നു.
അവിടെ എന്നെപ്പോലുള്ള കുറേ പേരുണ്ടായിരുന്നു. വേശ്യാവൃത്തിയിൽ
ഏർപ്പെട്ടവർ. എന്നെക്കണ്ടപ്പോൾ അവരിലൊരാൾ എന്റെ കോളറിന്
പിടിച്ചു. ഒരാൾകൂടി കച്ചവടത്തിനെത്തിയതാണെന്നാണ് അവർ കരു
തിയത്. ഞങ്ങളുടെ ബിസിനസ്സ് ഇല്ലാതാക്കരുതെന്നു പറഞ്ഞ് അവർ
എന്നെ ഭീഷണിപ്പെടുത്തി. അങ്ങോട്ട് ചെന്നതിന് ആനന്ദിയും എന്നെ
വഴക്കുപറഞ്ഞു. നീ പഠിച്ചവനല്ലേ, ഇവിടെ വന്ന് ജീവിതം നശിപ്പിക്ക
രുതെന്ന് അവർ പറഞ്ഞു. എന്നെപ്പോലുള്ളവരുടെ മുഴുവൻ ഗതികേടാണ്
ഇത്. കുടുംബവും സമൂഹവും ഒറ്റപ്പെടുത്തുമ്പോൾ അവർക്ക് ജീവിക്കാൻ
വേറെ വഴിയില്ല. ഒന്നുകിൽ ഭിക്ഷാടനം. അല്ലെങ്കിൽ വേശ്യാവൃത്തി. അത്
എന്നെ വേദനിപ്പിച്ചു. എന്നെപ്പോലുള്ളവരെ കാണാമെന്ന് കരുതിയാണ്
ഞാൻ അവിടെച്ചെന്നത്.

ലിംഗമാറ്റ ശസ്ത്രക്രിയ നടത്തരുതെന്നാണ് എന്നെ എല്ലാവരും
ഉപദേശിച്ചത്. നേരത്തെ അത് ചെയ്തവരും അങ്ങനെ പറഞ്ഞു. പക്ഷേ,
എനിക്ക് ചെയ്തേ മതിയാകുമായിരുന്നുള്ളൂ. എന്റെ കാതൽക്കനവുക
ളിൽ ഞാൻ പെണ്ണാണ്. മാത്രമല്ല, ഞാൻ പഠിച്ചിട്ടുണ്ട്. ഒരു തൊഴിലറിയാം.
അതുകൊണ്ട് കഷ്ടപ്പെടേണ്ടി വരില്ല. പഠിപ്പും തൊഴിലുമല്ല, ഈ ജീവിതം
തന്നെ കഷ്ടപ്പാടാകുമെന്ന് അവർ വീണ്ടും വീണ്ടുമെന്നെ ഉപദേശിച്ചു.
ആ സമയത്ത് ചെന്നൈ ഗവ. ആസ്പത്രിയിൽ നാലുപേർ എസ് ആർ
എസ് കഴിഞ്ഞ് കിടപ്പുണ്ടായിരുന്നു. ഞാൻ അവരെ പരിചരിക്കാൻ
ചെന്നു. അവരും പറഞ്ഞു, ചെയ്യല്ലേ. പലതും നേരിടേണ്ടി വരും.

പക്ഷേ, ഞാൻ തീരുമാനിച്ചു കഴിഞ്ഞിരുന്നു. ചെന്നെയിലെ സന്ന
ദ്ധ സംഘടനാപ്രവർത്തകർ മുഖേനെ അച്ഛനമ്മാമരെ വരുത്തി കൗൺ
സിലിങ് നടത്തി. എന്റെ മാനസികാവസ്ഥ മുഴുവൻ അവരെ പറഞ്ഞു
മനസ്സിലാക്കാൻ ശ്രമിച്ചു. അവർക്ക് ഒന്നും മനസ്സിലായില്ല. എന്നെ ഓർത്ത്
വേദനയോടെ അവർ മടങ്ങി. ഞാൻ ഉറച്ചുതന്നെ നിന്നു.

ഭിക്ഷാടനമോ വേശ്യാവൃത്തിയോ നടത്താതെ അന്തസ്സോടെ
ജീവിച്ചു കാണിക്കണം. എന്നെപ്പോലെ വിദ്യാസമ്പന്നരായ ട്രാൻസ്
ജെൻഡേഴ്സിനേ അത് സാധിക്കൂ. വിദേശ രാജ്യങ്ങളിലൊക്കെ വലിയ
ഉദ്യോഗങ്ങൾ വഹിക്കുന്നവരുണ്ട്, എന്നെപ്പോലുള്ളവർ. വലിയ
കലാകാരന്മാരുണ്ട്. എന്തുകൊണ്ട് എനിക്കും അത് സാധിക്കില്ല.

അങ്ങനെയാണ് മുത്തുസെൽവൻ സെൽവിയായത്. ചെന്നെ
സർക്കാർ ആസ്പത്രിയിൽ സർക്കാർ ചെലവിലായിരുന്നു ശസ്ത്രക്രിയ.
സെൽവനിൽ അവശേഷിച്ച പുരുഷന്റെ അടയാളം മുറിച്ചുമാറ്റി അവൾ
സെൽവിയായി. അവിടെ പെണ്മ സ്ഥാപിച്ചു. ആ പെണ്മയുടെ ആഴം ഉറപ്പു
വരുത്താനുള്ള കൃത്രിമ പുരുഷലിംഗങ്ങൾ ബാഗിലേക്ക് തിരികെ
വെച്ചുകൊണ്ട് അവൾ ആവർത്തിച്ചു:

ഇപ്പോൾ ഞാനൊരു പെണ്ണാണ്. ഇനി എനിക്കൊരു പങ്കാളിയെ
കിട്ടണം. എന്നെ സ്നേഹിക്കുന്ന, മനസ്സിലാക്കുന്ന ഒരു പുരുഷൻ. പലരും
പ്രണയവുമായി വരും. എല്ലാവർക്കും സെക്സ് മതി. ഒരുമിച്ച്
ജീവിക്കാമെന്ന് പറയുമ്പോൾ അവർക്ക് അവരുടേതായ പ്രശ്നങ്ങൾ.
ആരെയും വിശ്വസിക്കാൻ പറ്റില്ല. എന്നെ സംരക്ഷിക്കുന്ന ഒരാളെയാണ്
എനിക്ക് വേണ്ടത്. അങ്ങനെയൊരാൾ വരുമെന്ന് കരുതുന്നു

ചെന്നെയിൽ ചെന്നിറങ്ങിയ ദിവസം ഞാൻ സെൻട്രലിൽ നിന്ന്
ഇന്റഗ്രൽ കോച്ച് ഫാക്ടറിയിലേക്ക് നാല്പത്തേഴാം നമ്പർ ബസ് കാത്തു
നില്ക്കുകയായിരുന്നു. നീല സാരിയുടുത്ത ഒരു പെണ്ണ് മുന്നിൽവന്ന് കൈ
നീട്ടി. കീശയിൽ കൈയിട്ട് ചില്ലറയുണ്ടോ എന്ന് നോക്കുമ്പോഴാണ് ആ
മുഖം ശ്രദ്ധിച്ചത്. ഒരാണിന്റെ മുഖം, ഭാവം. ഒപ്പമെരു യുവാവുമുണ്ട്.
എടുപ്പും നടപ്പും പെണ്ണിനെപ്പോലെ. എന്റെ മലയാളി മനസ്സ് പെട്ടെന്ന്
മന്ത്രിച്ചു, 'ചാന്തുപൊട്ട്.' തമിഴിൽ അതിനെ ഒൻപത് എന്ന് സ്വയം വിവർ
ത്തനം ചെയ്തു. എന്റെ ആണത്തം അത് ഒന്നുകൂടി വ്യക്തമായി മന്ത്രിച്ചു
ആണും പെണ്ണും കെട്ടവൻ. അങ്ങനെ ചിലരെ പിന്നെയും ഞാൻ
ചെന്നെയിലെ തെരുവുകളിലും റെയിൽവേ സ്റ്റേഷനുകളിലും സബ്
വേകളുടെ കവാടങ്ങളിലും കണ്ടു. ഒന്നുകിൽ അവർ ഭിക്ഷ ചോദിച്ചു.
അല്ലെങ്കിൽ കടക്കണ്ണുകൊണ്ട്, ലൈംഗികസുഖത്തിന് ക്ഷണിച്ചു.

സെൽവിയെ പരിചയപ്പെടുന്നത് അതിൽപ്പിന്നെയാണ്. മറീനാ
ബീച്ചിൽ നടന്ന ചെന്നെ റെയിൻബോ പരേഡിലാണ് സെൽവിയെ
കണ്ടത്. സെൽവിയെപ്പോലെ അനേകം പേർ. ആണോ പെണ്ണോ ആയി

പിറന്നവർ. അവരുടെ ലിംഗസ്ഥിതി കാണുന്നവന്റെ കാഴ്ചയിൽ മാത്രം സത്യം. അതിന് വിരുദ്ധമായ ഒരു ലിംഗയാഥാർത്ഥ്യത്തിൽ ജീവിക്കുന്ന വർ. സ്വന്തം ജനിതകരഹസ്യം സ്വയം ആഘോഷിക്കുകയായിരുന്നു അവർ ആ പരേഡിൽ. അതിൽ അഭിമാനം കൊള്ളുകയായിരുന്നു അവർ. സ്വവർഗ്ഗാനുരാഗികളും ഉഭയലൈംഗികത ഇഷ്ടപ്പെടുന്നവരുമൊക്കെ ആ പരേഡിൽ അണിനിരന്നിരുന്നു.

ഹോർമോൺ മരുന്നുകൾ കഴിച്ച് വളർത്തിയെടുത്ത സ്ത്രണത ആവോളം പ്രദർശിപ്പിക്കാൻ പരേഡിനെത്തിയ ട്രാൻസ്ജെൻഡർ സ്ത്രീ കൾ പ്രത്യേകം ശ്രദ്ധിച്ചു, ഉയർന്ന മാറിടം ഒന്നുകൂടി മുന്നോട്ടുന്തി, നിതം ബം പിന്നെയും പിന്നോട്ട് തള്ളി ഹൈഹീൽ ചെരിപ്പുകളിൽ അവർ അഴകിൽ അന്നനട കൊണ്ടു. എന്നിട്ട് അവർ ഉറക്കെ മുദ്രാവാക്യം വിളിച്ചു, "പാരുങ്കയ്യാ സ്വാമി, ഇപ്പടി താൻ ഇരിക്കും."

അക്കൂട്ടത്തിലാണ് എയ്ഞ്ചൽ ഗ്ലാഡിയേയും കണ്ടത്. ചെന്നെയിലെ പ്രമുഖ കൺസൾട്ടൻസി കമ്പനിയിലെ ജീവനക്കാരി. നാലുമാസം മുൻ പാണ് അവൾ സ്ത്രീയായി മാറിയത്. ആൺകുട്ടിയായാണ് ജനിച്ചതെ ങ്കിലും മനസ്സുകൊണ്ട് ഗ്ലാഡിയും പെണ്ണായിരുന്നു. പ്രായപൂർത്തി യായപ്പോൾ ആൺകുട്ടികളോടായിരുന്നു ഗ്ലാഡിക്ക് താല്പര്യം. പക്ഷേ, താനൊരു സ്വവർഗ്ഗാനുരാഗിയല്ലെന്ന് അവളും തിരിച്ചറിഞ്ഞിരുന്നു. ഒൻപ താം ക്ലാസിൽ പഠിക്കുമ്പോഴാണ് താനൊരു സാധാരണ ആൺകുട്ടി യല്ലെന്ന്, അവന് ബോദ്ധ്യമാകുന്നത്. പോൾ ഗ്ലാഡി എന്നായിരുന്നു അവന്റെ പേര്. പെരുമാറ്റം പെൺകുട്ടികളെപ്പോലെ. നടപ്പും ചിരിയും സംസാരവുമൊക്കെ അങ്ങനെത്തന്നെ. കാഴ്ചയിൽ ഓമനത്തം തുളുമ്പുന്ന ആൺകുട്ടിയിൽ വളരുംതോറും പെരുകുന്ന പെൺപെരുമാറ്റം കാണുന്നവർക്ക് അരോചകമായി. ആളുകളുടെ ദൂഷണം കേട്ട്, ആൺകുട്ടികളെപ്പോലെ നടക്കാനും സംസാരിക്കാനും പെരുമാറാനും ശ്രമിച്ചുനോക്കി. ഏതോ കള്ളത്തരം ചെയ്യുംപോലെയായിരുന്നു അത്. ആൺകുട്ടിയെപ്പോലെ അഭിനയിക്കുന്ന ഒരു പെൺകുട്ടിയുടെ പ്രയാസ മായിരുന്നു അവന്റെ ഉള്ളിൽ. സൈക്കിൾ ഓടിക്കുമ്പോൾ അവന്റെ കൈകൾ നെഞ്ചോട് ചേർന്നു. കൂട്ടുകാർ, അങ്ങനെയല്ല, ഇങ്ങനെയെന്ന് കൈകൾ വിടർത്തിവെച്ച്, ആൺസൈക്ലിങ്ങിന്റെ സ്റ്റൈൽ കാണിക്കു മ്പോൾ അവൻ കഷ്ടപ്പെട്ട് ശ്രമിച്ചു നോക്കും. അധികം മുന്നോട്ട് പോകുമ്മുൻപ് കൈകൾ പിന്നെയും നെഞ്ചിലേക്ക് കൂമ്പും. ആൺകുട്ടി കളെപ്പോലെ അവൻ ഒന്നും ചെയ്യാൻ പറ്റുന്നില്ല. താനൊരു പെൺകുട്ടി യാണോ? ഗ്ലാഡി ആലോചിക്കാൻ തുടങ്ങി.

അവനാരും കാണാതെ പെങ്ങളുടെ വസ്ത്രങ്ങൾ എടുത്തു ധരിക്കും. അമ്മയുടെ സാരി എടുത്തണിയും. ഇത് കണ്ടുപിടിച്ചപ്പോൾ ഒരിക്കൽ അമ്മ ശകാരിച്ചു. സ്കൂളുകളിൽ പെൺവേഷം കെട്ടാൻ സാധിക്കുന്ന

നാടകങ്ങളും നൃത്തങ്ങളും ഒരിക്കലും അവന്‍ ഉപേക്ഷിച്ചില്ല. ആദ്യമൊ ക്കെ വീട്ടുകാര്‍ ഉപദേശിക്കുകയാണ് ചെയ്തത്. പിന്നെ കണിശമായി പറഞ്ഞു, പെണ്ണുങ്ങളെപ്പോലെ നടക്കരുത്, പെരുമാറരുത്, സംസാരിക്ക രുത്.

അവന്റെ ജനികതവൈകല്യം മനസ്സിലാക്കാന്‍ അദ്ധ്യാപകര്‍ക്കു പോലും സാധിച്ചില്ല. ഒരിക്കല്‍ ഗ്ലാഡി ക്ലാസിലേക്ക് വരികയായിരുന്നു. നൃത്തപരിശീലത്തിന് പോയിരുന്നതിനാല്‍ അല്‍പം താമസിച്ചാണ് എത്തിയത്. ക്ലാസിലേക്ക് കയറിയപ്പോള്‍ കുട്ടികള്‍ ആര്‍ത്തു ചിരിക്കുന്നു. പോള്‍ ഗ്ലാഡി വരാന്‍ താമസിച്ചതായിരുന്നു പ്രശ്നം. വാദ്ധ്യാര്‍ ബോര്‍ഡില്‍ ഇംഗ്ലീഷില്‍ പോള്‍ ഗ്ലാഡി എന്ന് എഴുതി, അതിലെ 'ജി' മായ്ച്ചു കളഞ്ഞിരുന്നു. ഇപ്പോള്‍ ബോര്‍ഡില്‍ 'പോള്‍ ലേഡി' എന്നുമാത്രം. പോള്‍ സ്ത്രീ. കണ്ടോ അവന്റെ പേരില്‍ തന്നെയുണ്ട് ലേഡി എന്ന് വാദ്ധ്യാരുടെ കമന്റ്. അതുകേട്ടാണ് കുട്ടികള്‍ ആര്‍ത്തു ചിരിച്ചത്.

സങ്കടം അതല്ല, ചില അദ്ധ്യാപകര്‍തന്നെ, നീ പെണ്ണിനെപ്പോലിരി ക്കുന്നു, നിനക്ക് എന്റെ വീട്ടിലേക്ക് വരാമോ എന്ന് ചോദിച്ച്, എന്നെ സെക് സിന് ക്ഷണിച്ചിട്ടുണ്ട്. ഗ്ലാഡി പറഞ്ഞു. ഞാന്‍ ആരോടും പരാതിപ്പെട്ടില്ല. വാദ്ധ്യാര്‍തന്നെ ഇങ്ങനെ പെരുമാറുമ്പോള്‍ ഞാനെന്തു ചെയ്യും. ആരും കാണാതെ കരയുകമാത്രം ചെയ്തു.

അക്കാലത്താണ് കൂടെ പഠിക്കുന്ന നാല് കുട്ടികള്‍, തന്നേക്കാള്‍ വയസ്സുകൊണ്ട് മൂത്തവര്‍ ഗ്ലാഡിയെ ബലാത്സംഗം ചെയ്തത്. അതിന്റെ പേരില്‍ ബ്ലാക്ക്മെയില്‍ ചെയ്ത് അവര്‍ പിന്നെയും പിന്നെയും ഗ്ലാഡിയെ പീഡിപ്പിച്ചുകൊണ്ടിരുന്നു.

പ്ലസ്ടു കഴിഞ്ഞ് ഫാഷന്‍ ടെക്നോളജിക്ക് പഠിച്ചു കൊണ്ടിരിക്കു മ്പോഴാണ് ലിവിങ് സ്മൈലി വിദ്യയുടെ ആത്മകഥ വായിക്കുന്നത്. അവരും ഒരു ട്രാന്‍സ്ജെന്ററായിരുന്നു. ബികോം ബിരുദധാരിയായ അവര്‍ പഴനിയില്‍ ഒരു ബാങ്കില്‍ ജോലി ചെയ്യുകയായിരുന്നു. വിദ്യയുടെ ജീവിതം വായിച്ചപ്പോള്‍ ഗ്ലാഡിക്ക് ആത്മധൈര്യമായി. തഞ്ചാവൂര്‍ ഭാരത് കോളേജ് ഓഫ് സയന്‍സ് ആന്‍ഡ് മാനേജ്മെന്റിലായിരുന്നു ബിരുദത്തിന് പഠിച്ചത്. പിന്നീട് മാസ് കമ്യൂണിക്കേഷനില്‍ ബിരുദാനന്തര ബിരുദം നേടുന്നതിന് ചെന്നൈയിലെത്തി. മദ്രാസ് സര്‍വ്വകലാശാലയിലെ ആദ്യത്തെ ട്രാന്‍സ്ജെന്റര്‍ വിദ്യാര്‍ത്ഥിയാണ് ഗ്ലാഡി. ജീവിത വിജയം കണ്ടെത്തിയ ഇത്തരം ലിംഗന്യൂനപക്ഷക്കാരെക്കുറിച്ച് ഇന്റര്‍നെറ്റിലൂടെ കൂടുതല്‍ മനസ്സിലാക്കി. തഞ്ചാവൂരില്‍ മെഡിക്കല്‍ റെപ്രസന്റേറ്റീവായി ഇങ്ങനെ ഒരാള്‍ ജോലി ചെയ്യുന്ന കാര്യവും മനസ്സിലാക്കി.

മാസ് കമ്യൂണിക്കേഷന്‍ എന്‍ട്രന്‍സ് പാസ്സായി സര്‍വ്വകലാശാ ലയില്‍ ചേരാന്‍ ചെന്നപ്പോള്‍ ഒരു പ്രധാന ചോദ്യം ഇതായിരുന്നു; എന്തു കൊണ്ട് മാസ് കമ്യൂണിക്കേഷന്‍ തെരഞ്ഞെടുത്തു?

താനൊരു ട്രാൻസ്ജെന്ററാണെന്നും ഭാവിയിൽ തന്നെപ്പോലു ള്ളവർക്ക് എന്തെങ്കിലും സേവനം ചെയ്യാൻ ശ്രമിക്കുകയാണ് തന്റെ ലക്ഷ്യമെന്നും ആദ്യമായി തുറന്നുപറഞ്ഞത് അവിടെയാണ്.

പരേഡ് കഴിഞ്ഞ് കൂട്ടുകാർ പിരിഞ്ഞുപോയപ്പോൾ ഗ്ലാഡി, മറീനാ ബീച്ചിന്റെ ഒരറ്റത്തിരുന്നു ജീവിതകഥ പറഞ്ഞു.

എന്നെ സംബന്ധിച്ചിടത്തോളം ഓപ്പോസിറ്റ് സെക്സ് എന്ന് പറയുന്നത് ആൺകുട്ടികളായിരുന്നു. പക്ഷേ, ഞാനൊരിക്കലും ഒരു ഗേ ആയിരുന്നില്ല. പ്ലസ്വണ്ണിൽ പഠിക്കുമ്പോൾ ഞാൻ ഒരാളെ സ്നേഹി ച്ചിരുന്നു. പക്ഷേ, അവന് എന്നെ മനസ്സിലാക്കാൻ സാധിച്ചില്ല. "എനിക്ക് എങ്ങനെ നിന്നെ സ്നേഹിക്കാൻ സാധിക്കും? നീയൊരു ആൺകു ട്ടിയല്ലേ" എന്നാണ് അവൻ എന്നോട് ചോദിച്ചത്. അതൊരു വൺസൈഡ് ലവ് ആയിപ്പോയി. പിന്നെ ആരെയും സ്നേഹിക്കാൻ ശ്രമിച്ചിട്ടില്ല. വീട്ടുകാർക്കും ബന്ധുക്കൾക്കും ആർക്കും എന്നെ മനസ്സിലായില്ല. കൗൺസിലിങ് കൊണ്ടോ ഷോക്ക് ട്രീറ്റ്മെന്റ് കൊണ്ടോ മാറ്റിയെടു ക്കാവുന്നതല്ല എന്നെപ്പോലുള്ളവരുടെ പ്രശ്നം. ഇതൊരു രോഗമല്ല. ആണോ പെണ്ണോ ആയി ജനിക്കണമെന്ന് നമ്മൾ സ്വയം എഴുതി വെക്കുന്നതല്ല. അതുപോലെത്തന്നെയാണ് ഞങ്ങളുടെ ജനനവും.

പി ജി ക്ക് യൂണിവേഴ്സിറ്റിയിൽ പഠിക്കുമ്പോൾത്തന്നെ ഞാൻ ടാറ്റാ കൺസൾട്ടൻസി സർവ്വീസിൽ ജോലിചെയ്തിരുന്നു. ഓഫീസിൽ ആൺവേഷത്തിലാണ് ഞാൻ പോയിരുന്നത്. ക്ലാസിൽ പെൺകുട്ടി യായും. ഞാൻ ആരാണെന്ന് എനിക്കറിയാം. പക്ഷേ, ഈ ആൾമാറാട്ടം എന്നിൽ കടുത്ത ചിന്താക്കുഴപ്പവും നിരാശയും ജനിപ്പിച്ചു. ആണുങ്ങ ളോടൊപ്പമായിരുന്നു എന്റെ താമസം. അത് വല്ലാത്ത വീർപ്പുമുട്ട ലുണ്ടാക്കി.

നാലുമാസം മുൻപാണ് ഞാൻ ലിംഗമാറ്റ ശസ്ത്രക്രിയ നടത്തിയത്. എനിക്കൊരു കൂട്ടുകാരനുണ്ടായിരുന്നു. അവൻ എല്ലാറ്റിനും കൂടെ നിന്നു. പക്ഷേ, എന്റെ രഹസ്യഭാഗങ്ങളുടെ പരിചരണം അവനെക്കൊണ്ട് പറ്റില്ല. നേരത്തെ ശസ്ത്രക്രിയ നടത്തിയ വേറെ ഒരു ട്രാൻസ്ജെന്ററാണ് അക്കാര്യങ്ങളൊക്ക ചെയ്തുതന്നത്. വീട്ടിൽ അറിയിച്ചിരുന്നില്ല. അവർ സമ്മതിക്കില്ല. തഞ്ചാവൂരിൽ, എന്റെ നാട്ടിലൊരു സുഹൃത്തുണ്ട്. അവനെ അറിയിച്ചപ്പോൾ അവൻ എതിർത്തു, അങ്ങനെയൊന്നും ചെയ്തുകളയല്ലേ എന്ന് ഉപദേശിച്ചു. ഇവിടെ ട്രാൻസ്ജെന്റേഴ്സിന് സ്വന്തമായി ഒരു കുടുംബവ്യൂഹമുണ്ട്. അതിൽ അമ്മ, മകൾ, അമ്മായി, ചിറ്റ, മുത്തശ്ശി ഇങ്ങനെ സ്ത്രീബന്ധങ്ങൾ മാത്രമേ ഉണ്ടാകൂ. അങ്ങനെ എനിക്കൊരു അമ്മയും മകളുമുണ്ട്. അത് ഞങ്ങൾ ഓരോ ഗ്രൂപ്പ് സ്വയം നിശ്ചയിക്കു ന്നതാണ്.

വിവരമറിഞ്ഞപ്പോൾ എന്റെ അച്ഛൻ പറഞ്ഞത്, ഇങ്ങനെയൊരു മകൻ ജീവിച്ചിരിപ്പില്ല, മരിച്ചുപോയെന്നാണ്. അമ്മയ്ക്ക് അങ്ങനെ ഉപേക്ഷിക്കാൻ പറ്റില്ലല്ലോ. അവർ പത്തുമാസം വയറ്റിൽ ചുമന്ന് നൊന്ത് പ്രസവിച്ചതാണ്. ആണായാലും പെണ്ണായാലും രണ്ടുംകെട്ടതായാലും ഞാൻ അവരുടെ പിള്ളയാണ്. എന്നെ അവർക്ക് മറക്കാൻ പറ്റില്ല.

സഹോദരനും വിളിക്കും, സംസാരിക്കും. ഒരു ചാനലിൽ എന്റെ അഭിമുഖം കണ്ടപ്പോൾ സുഹൃത്തുക്കൾ സഹോദരനെ പറഞ്ഞുമനസ്സി ലാക്കുകയായിരുന്നു. ഗ്ലാഡിയെപ്പോലുള്ളവരെ നമ്മൾ സ്നേഹിക്ക ണമെന്ന്.

ശസ്ത്രക്രിയയ്ക്കുശേഷം പൂണ്ടി ദേവാലയത്തിൽ വെച്ചാണ് അമ്മയെ ആദ്യമായി കാണുന്നത്. അവിടെ കാണാമെന്ന് ഞങ്ങൾ പരസ്പരം ധാരണയിലെത്തുകയായിരുന്നു. എന്നെ പെൺവേഷത്തിൽ കണ്ടപ്പോൾ അമ്മ അത്ഭുതപ്പെട്ടു. ദേവാലയത്തിലെ മാതാവിന് കാഴ്ച വെച്ച സാരി അവർ എനിക്ക് സമ്മാനമായി തന്നു. ഒരു പെണ്ണായശേഷം ഞാൻ ഏറ്റവുംകൂടുതൽ അഭിമാനിച്ച നിമിഷമായിരുന്നു അത്. ആൺ കുട്ടിയായി ജനിച്ച എന്നെ സ്വന്തം അമ്മ പെൺകുട്ടിയായി സ്വീകരിച്ചി രിക്കുന്നു. അവർ എന്നെ പഴയതുപോലെ എടാ എന്നു വിളിച്ചപ്പോൾ ഞാൻ പറഞ്ഞു, "അമ്മാ അപ്പടി കൂപ്പിടക്കൂടാത്." പിന്നീട് അവർ എന്നെ "വാമ്മാ, പോമ്മാ" എന്നുമാത്രം വിളിച്ചു. അവർ ചെന്നൈയിൽ വന്ന് രണ്ടുദിവസം എന്റെകൂടെ താമസിച്ചു. ഇതൊന്നും അച്ഛന് അറിയില്ല. അമ്മ വരുമ്പോൾ അവരുടെ പഴയ സാരികൾ കൊണ്ടുവന്നിരുന്നു. കുട്ടിക്കാലത്ത് ഞാൻ എടുത്ത് ഉടുത്തതിന് അമ്മ എന്നെ വഴക്കുപറഞ്ഞ അതേ സാരികൾ. എന്റെ കണ്ണുകൾ അതു കണ്ടപ്പോൾ നിറഞ്ഞുതുളു മ്പി. അമ്മയ്ക്കിപ്പോൾ ഞാൻ ശരിക്കുമൊരു മകളായിരിക്കുന്നല്ലോ.

ഒരിക്കൽ എന്റെകൂടെ ഡിഗ്രിക്കു പഠിച്ച ഒരു കൂട്ടുകാരൻ അവന്റെ കല്യാണത്തിന് ക്ഷണിച്ചു. ഞങ്ങളുടെകൂടെ പഠിച്ച ഒരു കുട്ടിയെ തന്നെയാണ് അവൻ കെട്ടിയത്. കല്യാണത്തിന് പെൺവേഷത്തിലാണ് ഞാൻ ചെന്നത്. ഒപ്പം പഠിച്ചവരെല്ലാമുണ്ടായിരുന്നു. അവരൊക്കെ അന്തം വിട്ടു. "നീ ശരിക്കും ഒരു പെണ്ണുതന്നെ, എന്ത് സുന്ദരിയായിരിക്കുന്നു" എന്നൊക്കെ അവർ പറഞ്ഞു. ഐശ്വര്യാറായിക്ക് ലോകസുന്ദരി പട്ടം കിട്ടിയപ്പോഴുണ്ടായ സന്തോഷമാണ് എനിക്ക് അപ്പോഴുണ്ടായത്.

ലിംഗമാറ്റം കഴിഞ്ഞാൽ നാല്പതാം ദിവസം ഒരു ചടങ്ങുണ്ട്. സാധാരണ പെൺകുട്ടികൾ ഋതുമതിയാകുമ്പോൾ നടക്കുന്ന ചടങ്ങാണ്. മഞ്ഞൾ തേച്ച് മൈലാഞ്ചിയൊക്കെ ഇട്ട് നടത്തുന്ന ആ ചടങ്ങില്ലേ? അതുതന്നെ. അതുവരെ നമ്മൾ ശരീരത്തിലെ രോമങ്ങളൊന്നും നീക്കം ചെയ്യാൻ പാടില്ല. അത്രയുംദിവസം കണ്ണാടിയിൽ നോക്കാനും പാടില്ല. പക്ഷേ, എനിക്ക് അത്രയും കാത്തുനില്ക്കാൻ പറ്റില്ലായിരുന്നു. കാരണം

എനിക്ക് ജോലിയുണ്ടായിരുന്നു. ശസ്ത്രക്രിയ കഴിഞ്ഞ് 20 ദിവസത്തിനു ശേഷം ഞാൻ ജോലിക്ക് പോയി.

ഭാഗ്യത്തിന് എനിക്ക് നേരത്തെതന്നെ മീശയും താടിരോമങ്ങളു മുണ്ടായിരുന്നില്ല. സൈത്രണ ഹോർമോണുകൾ കുത്തിവയ്ക്കുമ്പോൾ മാറിലെ മാറ്റം ഞാൻ ആകാംക്ഷയോടെയാണ് കാത്തിരുന്നത്. മറ്റ് ട്രാൻ സ്ജെന്റേഴ്സിനെപ്പോലെ എനിക്ക് അത് പ്രദർശിപ്പിക്കാൻ താല്പര്യ മുണ്ടായിരുന്നില്ല. ഞാൻ പരമാവധി അയഞ്ഞ ചുരിദാറുകൾ ധരിച്ചു. വളർന്നുവരുന്ന മാറിന്റെ മുഴുപ്പിലേക്ക് ആദ്യമായി ഒരു ആമ്പിള നോക്കി യപ്പോൾ ഞാൻ ശരിക്കും നാണിച്ചു. ഒരു പെണ്ണിന്റെ കോരിത്തരിപ്പ് ഞാനറിഞ്ഞു.

പുതിയ വേഷത്തിൽ ജോലിക്ക് ചെന്നപ്പോൾ അവിടെ ചെറിയ ആശയക്കുഴപ്പം. സഹപ്രവർത്തകരൊക്കെ സന്തോഷത്തോടെയാണ് സ്വീകരിച്ചത്. ലേഡീസ് എന്റെ അടുത്ത് കൂടുതൽ കംഫർട്ടബിളായി. പക്ഷേ, മേലധികാരികൾക്കായിരുന്നു പ്രശ്നം. തല്ക്കാലം ജോലിയിൽ നിന്ന് വിട്ടുനില്ക്കേണ്ടി വന്നു. അഞ്ച് മാസക്കാലം ശരിക്കും ദുരിത ത്തിലായി. കുട്ടികൾക്ക് ട്യൂഷനെടുത്താണ് ആഹാരത്തിന് വക കണ്ടെ ത്തിയത്. ഇടയ്ക്ക് ചില കോളേജുകളിൽ ഗസ്റ്റ് ലക്ചററായും പോയി.

ശസ്ത്രക്രിയ കഴിഞ്ഞ് കിടക്കുമ്പോൾ മുറിവിൽ മരുന്നുവെച്ചതും എണ്ണ തേച്ചതുമൊക്കെ ഞാൻ തന്നെയായിരുന്നു. സാധാരണ ഞങ്ങളുടെ ട്രാൻസ്ജെന്റർ കമ്യൂണിറ്റിയിലെ ആളുകൾ സഹായത്തിനുണ്ടാകും. പെണ്ണായപ്പോൾ, രാത്രി ഒറ്റയ്ക്ക് ഓട്ടോറിക്ഷയിൽ പോകാൻ വയ്യാത്ത സ്ഥിതിയുണ്ട്. പ്രത്യേകിച്ച് ട്രാൻസ്ജെന്ററാണെന്ന് അറിയുമ്പോൾ ആളൊഴിഞ്ഞ സ്ഥലത്ത് ഓട്ടോ നിർത്തി ഡ്രൈവർ പിൻസീറ്റിൽ വന്നിരുന്ന് ഉപദ്രവിക്കും. പലപ്പോഴും ഇത്തരക്കാരിൽ നിന്ന് ഓടി രക്ഷപ്പെടേണ്ടി വന്നിട്ടുണ്ട്. അതുകൊണ്ട് കഴിയുന്നതും ഷെയർ ഓട്ടോ യിലേ സഞ്ചരിക്കൂ. പിന്നെ, എത്രയാണ് നിന്റെ ചാർജ് എന്ന ചോദ്യവു മായി ബസിലും ബസ് സ്റ്റാന്റിലുമൊക്കെ ചിലർ സമീപിക്കും. ദൈവം സഹായിച്ച്, എനിക്ക് സൈത്രണമായ ഒരു ലുക്കുണ്ട്. പക്ഷേ, സംസാ രിച്ചു തുടങ്ങുമ്പോൾ ശബ്ദം കേൾക്കുമ്പോൾ ചിലർ ശ്രദ്ധിക്കും. അങ്ങനെ യാണ് പലപ്പോഴും ഞാൻ ട്രാൻസ്ജെന്ററാണെന്ന് തിരിച്ചറിയുന്നത്.

കുടുംബത്തിൽ നിന്ന് ഒറ്റപ്പെട്ടു പോയതിന്റെ വേദന പറഞ്ഞാൽ നിങ്ങൾക്ക് മനസ്സിലാകുമോ? ഇവിടെ എന്നെപ്പോലുള്ളവർക്ക് താമസിക്കാനൊരു മുറി കിട്ടില്ല. കഷ്ടപ്പെട്ടാണ് ഒരു മുറി ഒപ്പിച്ചത്. അവിടെ ഒറ്റയ്ക്കാണ് താമസം. ഒരിക്കൽ എനിക്ക് പനി പിടിച്ചു. എഴുന്നേല്ക്കാൻ പറ്റില്ല. ദേഹം മുഴുവൻ നൊമ്പരം. മേശപ്പുറത്തിരുന്ന മൊബൈൽ അടിച്ചാൽ അതെടുക്കാൻ പോലും പറ്റില്ല. ഇത്തിരി ചുടുവെള്ളം വേണ മെങ്കിൽ ആരെങ്കിലും എടുത്തുതരണം. പക്ഷേ, ആരുമില്ല. അന്ന് ഞാൻ

അമ്മ അടുത്തുണ്ടായിരുന്നുവെങ്കിൽ എന്ന് ആലോചിച്ചു പോയി. അന്ന് ഒരുപാട് കരഞ്ഞു. അങ്ങനെയൊരു ദിവസം ഇനി ജീവിതത്തിൽ ഉണ്ടാക രുതേ എന്നാണ് പ്രാർത്ഥന.

ഒറ്റപ്പെടലിന്റെ വേദന മറക്കാൻ പിന്നീട് ജോലിയും സന്നദ്ധ പ്രവർ ത്തനങ്ങളുമായി ഞാൻ സ്വയം തിരക്കുകളിൽ ചെന്നു പെടുകയായിരുന്നു.

സെൽവിയെപ്പോലെ ഗ്ലാഡിക്കും ഇനിയൊരു ജന്മമുണ്ടെങ്കിൽ ഇങ്ങനെതന്നെ ജനിച്ചാൽ മതി. "പക്ഷേ, കുടുംബം ഞങ്ങളെ ഒറ്റപ്പെടു ത്തരുത്. ഞങ്ങളെ മാതാപിതാക്കൾ മനസ്സിലാക്കണം. അവരുടെ അംഗീകാരത്തോടെ ഇതുപോലെ ജീവിക്കണം."

സ്നേഹമുള്ള ഒരു പങ്കാളിയെ കിട്ടുമെന്ന് ഗ്ലാഡിയും ആശിക്കുന്നു. സംസാരിച്ചുകൊണ്ടിരിക്കെ, മഞ്ഞക്കുപ്പായവും പച്ചത്തുണിയുമുടുത്ത ഒരു പയ്യൻ ഗ്ലാഡിയെ തേടി വന്നു. പരേഡിനെത്തി യാത്ര പറയാൻ വന്നതാണ്. അയാൾ പോയപ്പോൾ ഗ്ലാഡി പറഞ്ഞു.

"അവൻ അടുത്ത് സർജറി കഴിഞ്ഞതാണ്. സോറി അവനല്ല, അവൾ. മുറിവുണങ്ങിക്കാണില്ല. അതാണ് മുണ്ടുടുത്ത് വന്നത്. പക്ഷേ, ഒരു കാര്യം കേൾക്കണോ? അവൾ ആസ്പത്രിയിലല്ല സർജറി ചെയ്തത്."

പിന്നീട് ഗ്ലാഡി പറഞ്ഞതുകേട്ട് ഞാൻ ഞെട്ടിപ്പോയി. വ്യാജ ഡോക്ടർമാരും മൂത്ത ട്രാൻസ് സ്ത്രീകളും ചേർന്ന് നടത്തുന്ന പ്രാകൃത മായ ശസ്ത്രക്രിയയെക്കുറിച്ചാണ് പറഞ്ഞത്. കൈകൾ പിന്നോട്ട് കെട്ടി വെച്ച് രണ്ടോ മൂന്നോ ആളുകൾ ബലമായി കാലുകൾ പിടിച്ചുവെച്ച് പുരു ഷന്റെ അവയവം ഛേദിച്ചു കളയുക. അനസ്തേഷ്യയില്ലാതെ. അങ്ങനെ ഇപ്പോഴും തമിഴ്‌നാട്ടിൽ നടക്കുന്നുണ്ടത്രെ. ചെന്നൈ സർക്കാർ ആസ്പ ത്രിയിൽ തീർത്തും സൗജന്യമായി എസ് ആർ എസ് ചെയ്തുകിട്ടുമ്പോ ഴാണ് ഇവർ ഇങ്ങനെ ചെയ്യുന്നത്. തൊട്ടുമുൻപു വന്നുപോയ ആൾ അങ്ങനെ പ്രാകൃതമായ ശസ്ത്രക്രിയയിലൂടെയാണ് പെണ്ണായി മാറിയത്.

എഗ്‌മോറിലെ ഹോട്ടലിൽനിന്ന് അത്താഴം കഴിച്ച് പിരിയുമ്പോൾ ഗ്ലാഡി പറഞ്ഞു, "എന്നെപ്പോലുള്ള എല്ലാവരെയും ഇതുപോലെ വിശ്വസിക്കരുത്. അവർ ചിലപ്പോൾ കൈയിലുള്ള സാധനങ്ങൾ പോക്കറ്റ ടിച്ചെന്നു വരും. കാരണം, ജീവിക്കാൻ ഒരു മാർഗ്ഗവുമില്ലാത്തവരാണ് ഈ ജന്മം കിട്ടിയ ഭൂരിഭാഗവും."

വിജയ് ടിവിയിലെ 'ഇപ്പടിക്ക് റോസ്' എന്ന ടോക് ഷോയിലൂടെ തമിഴ്‌നാട്ടിൽ പ്രസിദ്ധയാണ് റോസ് വെങ്കടേശൻ. തായ്‌ലന്റിൽ പോയി അന്താരാഷ്ട്ര നിലവാരം ഉറപ്പാക്കിയാണ് അവർ ലിംഗമാറ്റ ശസ്ത്രക്രിയ നടത്തിയത്. വേദനയുടെ കഥകളാണ് മെക്കാനിക്കൽ എഞ്ചിനീയറിങ്ങിൽ ബിരുദമുള്ള റോസിനും പറയാനുള്ളത്.

ചെറുപ്രായത്തിൽത്തന്നെ സ്ത്രൈണമായ പെരുമാറ്റം മൂലം, ആളുകളിൽ നിന്ന് വേറിട്ടു നിൽക്കാനാണ് അവൻ താത്പര്യപ്പെട്ടത്. അന്ന്

അവൻ രമേശ് വെങ്കിടേശ് ആയിരുന്നു. 'ആൺകുട്ടികളോടൊപ്പവും പെൺകുട്ടികളോടൊപ്പവും പോകാൻ പറ്റില്ല. രണ്ട് കൂട്ടരും കളിയാക്കും. ആൺകുട്ടിയായി അഭിനയിക്കാൻ വയ്യാത്തതുകൊണ്ട് കുടുംബസദ സ്സുകളിലൊന്നും പോകില്ല. പ്രായപൂർത്തിയായയപ്പോൾ ആൺകുട്ടികളോ ടായി ലൈംഗിക ആകർഷണം. പതിനാറ്, പതിനേഴ് വയസ്സുകളിൽ ഇത് വല്ലാത്ത മാനസികാസ്വാസ്ഥ്യമുണ്ടാക്കി. മനഃശാസ്ത്രജ്ഞരെ മാറി മാറി കണ്ടു. പലരും പല ഉത്തരങ്ങളാണ് നല്കിയത്. വേദനാജനകമായ ഒരു ഭാരം മനസ്സിൽ കുമിഞ്ഞു കൂടിക്കൊണ്ടിരുന്നു.

ആളുകൾ ഒൻപത് എന്നുവിളിക്കാൻ തുടങ്ങി. അത് സഹിക്കാൻ പറ്റുമായിരുന്നില്ല. വിദ്യാഭ്യാസം പൂർത്തിയാക്കിയതോടെ ആത്മവിശ്വാസം വർദ്ധിച്ചു. അമേരിക്കയിൽ ഉപരിപഠനം കഴിഞ്ഞു വന്നതോടെ പൂർണ്ണ മായും സ്ത്രീത്വത്തിലേക്ക് മാറാൻ തീരുമാനിച്ചു. കുറേക്കാലത്തേക്ക് വീട്ടിൽനിന്ന് പുറത്തായി. ടെലിവിഷൻ ഷോയിലൂടെയാണ് വിദേശത്തു പോയി സർജ്ജറി നടത്താനുള്ള പണം കണ്ടെത്തിയത്. സർജ്ജറിക്കു മുൻപേ ഹോർമോണുകൾ കഴിച്ച്, സ്ത്രീശരീരം സമ്പാദിച്ചിരുന്നു.

സ്നേഹം നടിച്ചെത്തിയവർക്കൊക്കെ ലൈംഗികമായി ഉപയോഗിക്കാ നായിരുന്നു താല്പര്യമെന്ന് റോസ് വേദനയോടെ പറഞ്ഞു. നമ്മുടെ സമൂഹത്തിന്റെ കാപട്യമാണ് അത്. വളരെ ചെറിയപ്രായത്തിൽത്തന്നെ ഈ പീഡനം അനുഭവിക്കുന്നുണ്ട്. ബന്ധുക്കളാണ് അന്നൊക്കെ പീഡിപ്പിച്ചത്.

പഠിക്കുമ്പോൾ റോസിനും ഒരാൺകുട്ടിയോട് പ്രണയം തോന്നിയിരു ന്നു. പക്ഷേ, അവന്റെയടുത്ത് താൻ ആഗ്രഹിക്കുന്ന പദവി കിട്ടില്ലെന്ന് ഉറപ്പായിരുന്നു. അതുകൊണ്ട് അത് തുറന്നുപറഞ്ഞില്ല. കാരണം എന്നെപ്പോലുള്ളവർ അവനെപ്പോലുള്ളവർക്ക് 'ഒൻപതാ'ണ്.

റോസിന് പക്ഷേ, ഒരു ഭാഗ്യമുണ്ട്. ഇപ്പോൾ മാതാപിതാക്ക ളോടൊപ്പമാണ് താമസം. ഒട്ടും താല്പര്യത്തോടെയല്ല അവർ കൂടെ പൊറുപ്പിക്കുന്നതെന്ന് റോസിന് അറിയാം. കുടുംബവും സമൂഹവും നമ്മെ കാണുന്നത് ഏതോ കീടങ്ങളെപ്പോലെയാണ്. നമ്മൾ മരിച്ചുപോകു ന്നതാണ് നല്ലതെന്ന് അവർ കരുതുന്നു. റോസിന്റെ വാക്കുകളിൽ പക്ഷേ, നിരാശയില്ല.

ട്രാൻസ്ജെന്ററിന്റെ ജീവിത കഥ പറയുന്ന ഒരു സിനിമ എടുക്കുക യാണ് റോസിന്റെ ലക്ഷ്യം. അതിനുള്ള തിരക്കഥ പൂർത്തിയായിക്കഴി ഞ്ഞു. ഏറെക്കുറെ ആത്മകഥാപരമായിരിക്കും. സിനിമയിലൂടെ ഹോളിവു ഡിലേക്ക് കടക്കണം. അവിടെ തന്നെപ്പോലുള്ളവർക്ക് കുറേക്കൂടി മാന്യമായ സാമൂഹികപദവി കിട്ടുമെന്ന വിശ്വാസത്തിലാണ് റോസ്.

സെൽവിയെയും റോസിനെയും ഗ്ലാഡിയെയും പോലെ ഏറെ പ്പേരുണ്ട്. ജീവിതവിജയം കണ്ടെത്താൻ കഴിയുന്നവർ ഇവരെപ്പോലെ

വളരെ ചുരുക്കമായിരിക്കും. ചെന്നെയിൽ ഇത്തരക്കാർക്ക് ഒന്നിലേറെ കൂട്ടായ്മകളുണ്ട്.

കല്കി സ്ഥാപിച്ച 'സഹോദരി' അത്തരം കൂട്ടായ്മകളിൽ ഒന്നാണ്. കല്കി ലിംഗമാറ്റ ശസ്ത്രക്രിയയിലൂടെ സ്ത്രീത്വം സ്വയം സ്വീകരിച്ചവളാണ്. തന്നെപ്പോലെ വേദന അനുഭവിക്കുന്നവർക്ക് ആശ്വാസവും മാർഗ്ഗ നിർദ്ദേശവും നല്കുകയാണ് സഹോദരിയുടെ ലക്ഷ്യം. ചെന്നെയിൽ നാല്പതോളം പേർ ലിംഗമാറ്റ ശസ്ത്രക്രിയയിലൂടെ സ്ത്രീത്വം സ്വീകരി ച്ചിട്ടുണ്ടെന്ന് റെയിൻബോ പരേഡിൽ കണ്ടപ്പോൾ കല്കി പറഞ്ഞു. ശസ്ത്രക്രിയയെക്കുറിച്ച് അന്വേഷിച്ച് നിരവധി പേർ ബന്ധപ്പെടാറുണ്ട്. തമിഴ്നാട്ടിൽനിന്ന് മാത്രമല്ല, കേരളം ഉൾപ്പെടെയുള്ള മറ്റ് സംസ്ഥാ നങ്ങളിൽ നിന്നും കല്കിയെ വിളിക്കുന്നവരുണ്ട്. തൃശൂരിൽ ഈയിടെ നടന്ന റെയിൻബോ പരേഡിൽ പങ്കെടുക്കാൻ കല്കി വന്നിരുന്നു. ലിംഗ സ്ഥിതിയുടെ വൈരുദ്ധ്യം തീർക്കുന്ന വേദന അനുഭവിക്കുന്ന അനവധി പേരുണ്ട്. വിളിക്കുന്നവരോട് ആദ്യം കൗൺസിലിങ്ങിന് വിധേയരാകാൻ നിർദ്ദേശിക്കുകയാണ് കല്കി ചെയ്യുന്നത്. സ്ത്രീയിൽനിന്ന് പുരുഷനി ലേക്ക് മാറാൻ ആഗ്രഹിക്കുന്നവരായി മൂന്ന് പേർ മാത്രമാണ്, ഇതുവരെ തന്നെ ബന്ധപ്പെട്ടതെന്നും കല്കി പറഞ്ഞു. രഹസ്യമായി ശസ്ത്രക്രിയ ചെയ്യുന്നവരുമുണ്ട്. അതുകൊണ്ട് ഇത്തരക്കാരുടെ കൃത്യമായ കണക്ക് കിട്ടില്ല. തമിഴ്നാട്ടിൽ ഇവരോട് സർക്കാർ അനുഭാവപൂർവ്വമായ നിലപാ ടാണ് സ്വീകരിക്കുന്നത്. ചെന്നെ സർക്കാർ ആശുപത്രിയിൽ സൗജന്യ മായാണ് എസ് ആർ എസ് ചെയ്തു കൊടുക്കുന്നത്.

കുടുംബവും സമൂഹവും ഒറ്റപ്പെടുത്തുമ്പോഴും ഈ കൂട്ടങ്ങളിലെ ത്തുമ്പോൾ അവർക്ക് വലിയ ആശ്വാസമാണ്. തങ്ങളെപ്പോലെ തങ്ങൾ ഒറ്റയ്ക്കല്ലെന്ന തോന്നലാണ് ഈ കേന്ദ്രങ്ങൾ അവർക്ക് പ്രദാനം ചെയ്യുന്നത്? സൃഷ്ടിയിലെ ഈ വൈകല്യത്തിന് ആരോട് പരാതിപ്പെടും? ആണും പെണ്ണുമായി വേർതിരിഞ്ഞു ജീവിക്കുന്ന നമുക്ക് ഇവരെ മനസ്സിലാകില്ല.

ആ വേദന തിരിച്ചറിയാനും സാധിക്കില്ല. ജനനംകൊണ്ട് ഇവർ ആണോ പെണ്ണോ ആയിരിക്കും. പക്ഷേ, ജീവിച്ചു തുടങ്ങുമ്പോൾ തന്റെ ജന്മത്തിലെ പിഴവ് ഇവർ തിരിച്ചറിയുന്നു. സൃഷ്ടിയിൽ സംഭവിച്ച ഈ അപൂർണ്ണത അവരെ ജീവിതകാലം മുഴുവൻ വേട്ടയാടുന്നു. ശരീരത്തിന്റെ ഘടനയിലല്ല ഇവരുടെ ആൺപെൺ ജീവിതം നിർണ്ണയിക്കപ്പെടുന്നത്. സൃഷ്ടിയിലെ ലിംഗക്രമീകരണത്തിൽ (sexual orientation) നിന്ന് വ്യത്യസ്തമായി മനസ്സിന്റെ തീരുമാനംപോലെ അവർ സ്വയം നിർണ്ണ യിക്കുകയാണ്. ഇത് സ്വയം നിർണ്ണയിക്കാനുള്ള അവകാശം അനുവദിച്ചു കിട്ടാനും സമൂഹത്തിൽ സാധാരണ വ്യക്തിത്വമായി (normal identity) അംഗീകരിക്കപ്പെടാനുമാണ് ട്രാൻസ്ജെൻഡർ സമൂഹവും അവർക്കുവേണ്ടി

രംഗത്തുള്ള സന്നദ്ധ സംഘടനകളും പോരാടുന്നത്. സ്ത്രീക്ക് സ്ത്രീയോടും പുരുഷന് പുരുഷനോടും ലൈംഗിക ആകർഷണം തോന്നി ത്തുടങ്ങുമ്പോഴാണ് തന്നിലെ അസ്തിത്വ പ്രതിസന്ധി ഇവർ പലപ്പോഴും പൂർണ്ണമായ അർത്ഥത്തിൽ തിരിച്ചറിയുന്നത്. അതുകൊണ്ടുതന്നെ ഇവർ സ്വവർഗ്ഗാനുരാഗികളായി എളുപ്പം തെറ്റിദ്ധരിക്കപ്പെടുന്നു. എന്നാൽ തങ്ങളെ സംബന്ധിച്ചിടത്തോളം എതിർലിംഗം (opposite sex) എന്ന് പറയുന്നത് ആണുങ്ങളാണെന്ന് തിരിച്ചറിയുമ്പോൾത്തന്നെ സെൽവിയും ഗ്ലാഡിയും റോസും തങ്ങൾ സ്വവർഗ്ഗാനുരാഗികളല്ലെന്നും തിരിച്ചറിയു ന്നുണ്ട്. ജന്മംകൊണ്ട് സ്ത്രീയുടെ ലിംഗക്രമീകരണം സിദ്ധിച്ചവർക്ക് സ്ത്രീയോട് തോന്നുന്ന അനുരാഗത്തെയും ഇത്തരക്കാരുടെ കാര്യത്തിൽ സ്വവർഗ്ഗാനുരാഗമായി തെറ്റിദ്ധരിക്കപ്പെടുന്നു. സ്ത്രീയായയോ പുരുഷനാ യോ സ്വയം നിർണ്ണയിക്കുന്നവർക്ക് അവരവരുടേതായ ലൈംഗികതയും തെരഞ്ഞെടുക്കേണ്ടി വരുന്നു. Gender identity disorder ഒരു ശാപമ ല്ലെങ്കിൽ ഇവരുടെ ജീവിതം എങ്ങനെയാണ് പലപ്പോഴും നരകമായി ത്തീരുന്നത്? പഠനം മുടങ്ങി, പ്രിയപ്പെട്ടവരാൽ ഉപേക്ഷിക്കപ്പെട്ട് തെരുവു കളിലേക്ക് വലിച്ചെറിയപ്പെടുമ്പോൾ ഇവരുടെ ശാപവാക്കുകളുടെ അമ്പു കൾ ചെന്നുതറയ്ക്കേണ്ടത് എവിടെയാണ്?

അന്യമതക്കാരൻ

വീട്ടിലേക്കുള്ള വഴി പറഞ്ഞുതന്നപ്പോൾ അവൾക്ക് രണ്ട് തവണ ഇടതും വലതും തെറ്റിപ്പോയി. തെക്കുനിന്ന് വരുമ്പോൾ ഇടത്തോട്ടല്ലേ എന്ന് ഞാൻ ചോദിച്ചപ്പോഴാണ് രണ്ട് തവണയും അവൾ തിരുത്തിയത്. എന്നിട്ടും വാഹനം മൂന്നാമത്തെ കവലയിൽ നിന്ന് തിരിഞ്ഞപ്പോൾ അ വൾ പറഞ്ഞ ഇടത്തോട്ടുള്ള വഴി കാണുന്നേയില്ല.

അവൾ ചെന്നെയിലാണ്. അവളുടെ കൂട്ടുകാരനെ അവളുടെ വീ ട്ടിലേക്ക് കൊണ്ടുപോകുകയാണ് ഞാൻ. അവളുടെ അച്ഛനേയും അമ്മ യേയും കണ്ട് അവന് അവളെ പെണ്ണു ചോദിക്കണം.

ഇന്ന് പുലർച്ചെയാണ് ചെന്നെയിൽ നിന്ന് വെസ്റ്റ് കോസ്റ്റ് എക്സ് പ്രസിൽ അവൻ കോഴിക്കോട്ട് വന്നിറങ്ങിയത്. ഒപ്പം അവന്റെ ചിട്ടിയുണ്ട്. അമ്മയുടെ അനിയത്തി. ചിട്ടി എന്റെ കൂട്ടുകാരിയാണ്. അവൾ വിളിച്ചു പറഞ്ഞതുകൊണ്ടാണ് ഞാൻ റെയിൽവേ സ്റ്റേഷനിലെത്തിയത്.

ചിട്ടിക്കു മുന്നേ തോളിൽ ചുവന്ന ട്രാവൽ ബാഗും തൂക്കി അവൻ ഇറങ്ങിവന്നു. രാത്രിയാത്രയുടെ ചടവുകളൊന്നും ഏശാത്ത അവന്റെ വലി യ കണ്ണുകളിൽ പ്രണയം മാത്രം കത്തിനിന്നു. ആ തമിഴൻ ചെക്കനും അവന്റെ ചിട്ടിക്കും ഞാനെന്റെ നഗരത്തിലേക്ക് സ്വാഗതം പറഞ്ഞു.

ചെന്നെയിൽ ഐ ടി എഞ്ചിനീയറാണ് അവൻ, സൽമാൻ. രശ്മി എന്റെ നഗരത്തിൽ കഴിയുന്നവൾ. അവളും ചെന്നെയിൽ എഞ്ചിനീയ റാണ്. പ്ലസ്ടു കാലം തൊട്ട് അറിയുകയും പ്രണയിക്കുകയും ചെയ്യുന്ന വർ. അവരുടെ പ്രണയത്തിന് ഇപ്പോൾ ആറ് വർഷത്തിന്റെ പാകതയും പക്വതയുമുണ്ട്. രണ്ടുപേർക്കും ജോലിയും കൂലിയുമായി. കെട്ടുപ്രായം രണ്ട് പേരേയും കടന്ന് അല്പം മുന്നോട്ട് പോയിരിക്കുന്നു. പക്ഷേ, വി

വാഹം കൊണ്ട് പരസ്പരം ഒന്നാകാൻ രണ്ടുപേർക്കും ഒരു വഴിയില്ല. അതിന്റെ കാരണം അത്ര നിസ്സാരമല്ല.

അവൻ മുസ്ലിമാണ്.

അവൾ ഹിന്ദുവാണ്.

അവന്റെ കുടുംബം കടുത്ത യാഥാസ്ഥിതികർ.

അവളുടെ കുടുംബവും കടുത്ത വിശ്വാസികൾ.

അല്പം എഴുത്തും വായനയുമൊക്കെയുള്ള അവന്റെ ചിട്ടി, എന്റെ കൂട്ടുകാരി അവന്റെ ഒപ്പംനിന്നു. സ്വന്തം അക്കയെ അവൾ പറഞ്ഞു ബോ ദ്ധ്യപ്പെടുത്തി. അക്ക സ്വന്തം ഭർത്താവിനേയും ബോദ്ധ്യപ്പെടുത്തി. നീ ണ്ട താടിയിൽ മതശാസനകൾ കൊണ്ടുനടക്കുന്ന സൽമാന്റെ അപ്പൻ ഒടുവിൽ പാതിമനസ്സോടെ വഴങ്ങി.

അവളുടെ വീട്ടുകാർ സമ്മതിച്ചാൽ കുഴപ്പമില്ല.

അവളുടെ അച്ഛനും അമ്മയും സമ്മതിച്ചാൽ കല്യാണം നടത്താം. അച്ഛനേയും അമ്മയേയും വേദനിപ്പിക്കാൻ കഴിയാത്തതുകൊണ്ടാണ് ക ടുത്ത തീരുമാനങ്ങളൊന്നുമെടുക്കാതെ സൽമാനും രശ്മിയും അനിശ്ചി തമായി പ്രണയിച്ചു കൊണ്ടിരിക്കുന്നത്.

രശ്മിയുടെ അച്ഛനേയും അമ്മയേയും കണ്ടു അനുവാദവും അനു ഗ്രഹവും വാങ്ങാനാണ് അവൻ വന്നിരിക്കുന്നത്. ഇടത്തോട്ടുള്ള വഴി നോക്കി ഞാൻ കാറോടിച്ചു കൊണ്ടിരുന്നു. അവൾ പറഞ്ഞ അടയാളവും വഴിയും കാണുന്നില്ല. വഴി തെറ്റുമ്പോൾ അവന്റെ ഉള്ളിൽ തിടുക്കം അ സ്വസ്ഥതയുണ്ടാക്കി. വീണ്ടും അവൻ അവളെ വിളിച്ചു. ഞാനാണ് സം സാരിച്ചത്.

"കുട്ടി പറഞ്ഞ റോഡിൽ ഞങ്ങൾ കുറേ ദൂരം മുന്നോട്ട് പോയി. ഇ ടത്തോട്ടുള്ള വഴി മാത്രം കാണുന്നില്ല."

കവലയിൽ നിന്ന് ഇടത്തോട്ട് തിരിഞ്ഞ് ഒരു പത്ത് മുന്നൂറ് മീറ്റർ പോകാനേയുള്ളൂ. അവിടെ രണ്ട് ടെലിഫോൺ പോസ്റ്റുകൾ ഒന്നിച്ചു കാ ണാം. അതിനോട് ചേർന്ന റോഡിലാണ് പോകേണ്ടത്.

അങ്ങനെയൊരു ഇരട്ട പോസ്റ്റും റോഡും ഇടതുവശത്തെങ്ങും ക ണ്ടില്ലെന്ന് അറിയിച്ചപ്പോൾ അവൾ പിന്നെയും സോറി പറഞ്ഞു.

"സോറി, ഇടതുഭാഗത്തല്ല. വലതുഭാഗത്താണ് ആ റോഡ്."

പ്രണയം അവളുടെ വഴി മുഴുവൻ തെറ്റിച്ചുകൊണ്ടിരുന്നു. നേരായ വഴിയിലേക്ക് അവന്റെ ഹൃദയം തിടുക്കപ്പെട്ടുകൊണ്ടിരുന്നു. തെറ്റിയ വഴി യേ ഞങ്ങൾ ഒരു കിലോമീറ്റെറോളം മുന്നോട്ട് പോയിരുന്നു. ശരിക്കുള്ള വഴിയിലെത്തിയപ്പോൾ വീടിരിക്കുന്ന സ്ഥലം ഉറപ്പു വരുത്താൻ ഒന്നുകൂ ടി അവളെ വിളിച്ചു. കട്ട് ചെയ്യും മുമ്പേ വെറുതെ ഞാൻ ചോദിച്ചു.

"ധൈര്യമായിട്ട് പോകാമല്ലോ അല്ലേ?"

പ്രണയംകൊണ്ട് കണ്ണുപൊട്ടിയ അവൾ ധൈര്യം തന്നു. അവളു ടെ മലയാളത്തിന് തമിഴിന്റെ മണമാണ്. അച്ഛന് ട്രിച്ചിയിലെ പൊതു

മേഖലാ സ്ഥാപനത്തിലായിരുന്നു ജോലി. അവൾ ജനിച്ചതും വളർന്നതും പഠിച്ചതും പ്രണയിച്ചതുമൊക്കെ അങ്ങനെ തമിഴ്നാട്ടിലായി. പ്ലസ്ടുവി ന് പഠിക്കുമ്പോഴാണ് അവൾ സൽമാനെ കാണുന്നത്. പരിചയപ്പെടലും സൗഹൃദപ്പെടലും പ്രണയപ്പെടലുമെല്ലാം വളരെ പെട്ടെന്നായിരുന്നു. മ തവും നാടും ഭാഷയുമൊന്നും തടസ്സമായില്ല. ചെന്നെയിലെ എഞ്ചിനീ യറിങ് കോളേജിൽ അവർക്കൊപ്പവും പ്രണയവും വളർന്നു. കാമ്പസിൽ അവർ ഇണക്കുരുവികളായി.

ഒന്നിനും ഒന്നും തടസ്സമായില്ല. പക്ഷേ, പ്രണയത്തിന്റെ കാല്പനി കതകൾ വിട്ട് ജീവിതത്തിലേക്ക് കടക്കാൻ തീരുമാനിച്ചപ്പോൾ മതം വലി യ മതിൽ തീർത്തു അവർക്കു മുന്നിൽ.

അച്ഛനേയും അമ്മയേയും ചെന്ന് കാണാൻ രശ്മി തന്നെയാണ് അവ നെ പറഞ്ഞു വിട്ടത്. കുടുംബം ഒപ്പമുണ്ടെന്ന് ബോദ്ധ്യപ്പെടുത്താൻ അ വൻ ചിട്ടിയെ കൂടെക്കൂട്ടി. അപരിചിതമായ നഗരത്തിൽ ഒരു തുണയാ യി ചിട്ടിയുടെ കൂട്ടുകാരനായ ഞാനും. ചിട്ടി ഒരുപാട് ലോകം കണ്ടവ ളാണ്. സ്നേഹിക്കുന്ന രണ്ട് ഹൃദയങ്ങളുടെ വികാരം അറിയാൻ കെല് പുള്ളവളാണ്.

അന്യനാട്ടിൽ നിന്ന് ഒരന്യ മതക്കാരൻ വന്ന് മകളെ പെണ്ണു ചോദി ക്കുമ്പോൾ എന്തായിരിക്കും ആ അച്ഛന്റെ പ്രതികരണം? ഒരു പൊട്ടിത്തെ റിയാണ് ഞാൻ പ്രതീക്ഷിക്കുന്നത്. മുഖമടച്ച് ഒരാട്ടും. ആ വീട്ടുകാരുടെ ക്ഷോഭത്തിൽ നിന്ന് നഗരത്തിൽ ഒരു വർഗ്ഗീയ കലാപം തന്നെ പൊട്ടി പ്പുറപ്പെട്ടേക്കുമോ? ഞാനെന്ത് ധൈര്യത്തിലാണ് ഇവർക്കൊപ്പം കൂടിയത്?

അടച്ചിട്ട ഗേറ്റിന് പിന്നിൽ ആദ്യം പ്രത്യക്ഷപ്പെട്ടത് അമ്മയാണ്. മുഖ ത്ത് വിടർന്നൊരു ചിരിയുണ്ട്. നെറ്റിയിൽ ചന്ദനക്കുറിയും മുഖത്ത് ആശ ങ്കയിൽ പൊതിഞ്ഞ ഒരു പുഞ്ചിരിയുമായി അച്ഛനുമെത്തി. അദ്ദേഹം പു റത്തായിരുന്നു. ഇരുപ്പുമുറിയുടെ ഒരുവശത്ത് ശ്രീകൃഷ്ണ വിഗ്രഹത്തി ന് കീഴെ രാവിലെ വെച്ച പൂജാദ്രവ്യങ്ങൾ ഉണക്കം പിടിച്ചിരുന്നു.

സൽമാന്റെ ചിട്ടി കൊണ്ടുവന്ന പലഹാരപ്പൊതി ഉപചാര വാക്കുക ളോടെ അമ്മ അകത്തേക്ക് വാങ്ങിക്കൊണ്ടുപോയി. ഉപചാരവാക്കുകൾ നിറച്ച പുഞ്ചിരിക്കപ്പുറത്ത് സംശയത്തിന്റെ ചെറിയൊരു കനലുണ്ടോ? അകത്തുപോയി അല്പം കഴിഞ്ഞു പുറത്തുവരുമ്പോൾ കയ്യിലെ ട്രേ യിൽ ഓറഞ്ച് ജ്യൂസുണ്ടായിരുന്നു. പരിഭ്രമത്തിന്റെ പരവേശത്തിൽ മ റ്റൊന്നും ആലോചിക്കാതെ എന്റെ മുന്നിൽവെച്ച ജ്യൂസ് ഞാൻ പെട്ടെന്ന് അങ്ങ് വലിച്ചു. നോക്കുമ്പോൾ സൽമാനും അവന്റെ ചിട്ടിയും ജ്യൂസ് തൊ ടുന്നേയില്ല. അതുകൊണ്ട് പിന്നീട് ബിസ്കറ്റ് വെച്ച പാത്രത്തിലേക്ക് നീ ളാൻ തുടങ്ങിയ കൈ ഞാൻ മൊബൈലിലേക്ക് വഴിതിരിച്ചു വിട്ടു. തെ റ്റിപ്പിരിഞ്ഞാൽ ഞാൻ കുടിച്ച ജ്യൂസ് അബദ്ധമാകുമോ?

രശ്മി വിവരം പറഞ്ഞിരുന്നില്ലേ എന്ന ചിട്ടിയുടെ ചോദ്യം മുഖവുര യായി. പ്രണയം പകർന്ന ആത്മധൈര്യവുമായി മുന്നിലിരിക്കുന്ന ചെറു പ്പക്കാരൻ. ഞാൻ ശ്വാസമടക്കിപ്പിടിച്ചിരുന്നു.

"എനിക്ക് ഒറ്റക്ക് ഒരു തീരുമാനം എടുക്കാൻ പറ്റുന്ന സംഗതിയല്ല ഇത്. പുറംനാട്ടിൽ പോയി ജോലി ചെയ്ത ഞാൻ സർവ്വീസിൽ നിന്ന് വിരമിച്ച് നാട്ടിൽവന്ന് സെറ്റിൽ ചെയ്തിട്ട് അധികമായിട്ടില്ല. ഇപ്പോഴാണ് കുടുംബക്കാരുടേയും ബന്ധുക്കളുടേയുമൊക്കെ സാമീപ്യവും സ്നേഹവു മൊക്കെ അനുഭവിക്കുന്നത്. വലിയ കുടുംബമാണ് ഞങ്ങളുടേത്. എ ന്റെ മകൾ ഇങ്ങിനൊരു സാഹസം കാട്ടിയാൽ എല്ലാവരും ഞങ്ങളെ ഒറ്റ പ്പെടുത്തും. മറ്റു കുടുംബങ്ങളിലെ പെൺകുട്ടികളേയും അത് ബാധിക്കും. എനിക്ക് ആരേയും പിണക്കാൻ വയ്യ. അവരുടെ മുന്നിലൊക്കെ എനിക്ക് തല ഉയർത്തി നടക്കണം." അക്ഷോഭ്യമായ വാക്കുകൾ കൊണ്ട് അ ച്ഛൻ നിലപാട് വിശദീകരിച്ചു. മകളെ ഒരന്യമതക്കാരന് കെട്ടിച്ചു കൊടു ക്കാൻ വയ്യെന്ന് അദ്ദേഹം അളന്നു മുറിച്ച വാക്കുകളിൽ ആവർത്തിച്ചു കൊണ്ടിരുന്നു.

ജാതിയും മതവുമല്ലല്ലോ ജീവിതമല്ലേ പ്രധാനം? കുട്ടികൾ പരസ്പ രം ഇഷ്ടപ്പെട്ടു പോയില്ലേ? അവരല്ലേ ഒരുമിച്ച് ജീവിക്കേണ്ടത്? പുതിയ കാലത്തെ കുട്ടികളെ നമുക്ക് ഇങ്ങനെ പിടിച്ചുവയ്ക്കാൻ പറ്റുമോ? 'അങ്ങി നെ കുറേ ചോദ്യങ്ങൾ ചിട്ടി ആ അച്ഛന്റെ അസ്വസ്ഥകളിലേക്ക് എറി ഞ്ഞുകൊണ്ടിരുന്നു. ഒരു ചോദ്യത്തേയും അദ്ദേഹം നിഷേധിച്ചില്ല. ഒരു ചോദ്യത്തോടും അദ്ദേഹം ക്ഷോഭിച്ചില്ല. ഒക്കെ അംഗീകരിച്ചു കൊണ്ട് അദ്ദേഹം തുടർന്നു;

"58 വയസ്സുവരെ എനിക്ക് ഈശ്വര വിശ്വാസമുണ്ടായിരുന്നില്ല. പി ന്നീട് ഈശ്വരൻ തന്നെ എനിക്ക് അവന്റെ സാന്നിദ്ധ്യം കാണിച്ചുതന്നു. എന്റെ ജാതി ഏതാണെന്ന് അറിയാതെയാണ് ഞാൻ വളർന്നത്. ജാ തിയും മതവുമൊന്നുമല്ല പ്രശ്നം. എന്റെ കുടുംബം, ബന്ധുക്കൾ. അവ രൊന്നും പിന്നെ ഈ വഴിയ്ക്ക് വരില്ല. എനിക്ക് അവരൊക്കെ വേണം."

അദ്ദേഹം പറയുന്ന എല്ലാ വാക്കുകൾക്കും ഒരേയൊരു അർത്ഥമേ യുണ്ടായിരുന്നുള്ളൂ. ഇല്ല, എന്റെ മകളെ ഞാൻ ഒരന്യമതക്കാരന് തരില്ല.

കോണിപ്പടിയിൽ മുട്ടിനു മീതെ വെച്ച കൈകൾ താടിയിലൂന്നി മി ണ്ടാതിരിക്കുന്ന അമ്മയുടെ മുഖത്തായിരുന്നു എന്റെ കണ്ണുകൾ. കന ത്തു പെയ്യാനൊരുങ്ങുന്ന ഒരു പേമാരിയുടെ മുന്നൊരുക്കം പോലെ കറു ത്ത മേഘങ്ങൾ എപ്പോഴോ അവിടെ നിഴൽ വിരിച്ചിരുന്നു.

"ഞങ്ങൾ നാടുവിട്ടു പോകേണ്ടിവരും. ഏതെങ്കിലും അമ്പലങ്ങളി ലൊക്കെ കയറിയിറങ്ങി, ഞങ്ങൾ ആരുമറിയാത്ത നാടുകളിലേക്ക്... ആ ത്മഹത്യ ചെയ്യില്ല. ഈശ്വരൻ തന്ന ജീവൻ എടുക്കാൻ നമുക്ക് അവകാ ശമില്ലല്ലോ. ജീവിക്കും. ഏതെങ്കിലും ദൂരദിക്കിൽ."

അത് അമ്മയുടെ വാക്കുകളായിരുന്നു. പെട്ടെന്ന് അവരുടെ കണ്ണു കൾ പൊട്ടിയൊലിച്ചു. വാക്കുകൾ പിന്നെ തൊണ്ടക്കുഴിയിൽ നിന്ന് പുറ ത്തു വന്നില്ല. ആ കണ്ണുനീർ തുള്ളികൾക്കും തൊണ്ടയിൽ ഇനിയും പുറ ത്തു വരാതെ തങ്ങി നില്ക്കുന്ന വാക്കുകൾക്കും ഒരേ അർത്ഥമായിരുന്നു.

ഇല്ല. എന്റെ മകളെ ഒരന്യമതക്കാരന് തരില്ല.

ആ കണ്ണീരിന് കണ്ണുകൊടുക്കാൻ കഴിയാതെ ഞാൻ മുഖം താ
ഴ്ത്തി. വെറുതെ മൊബൈലിൽ തെരുപ്പിടിപ്പിച്ചു കൊണ്ടിരിക്കെ, അതി
ലൊരു മെസ്സേജ് മിന്നി.

"നീങ്ക പേശുങ്കോ.."

അത് അവളുടേതാണ്. അവന്റെ ചെറിയമ്മയുടെ. ഞാനെന്ത് പറ
യും? ഇത്രയും നേരം അവർ തമിഴിൽ പറഞ്ഞത് ഞാൻ മലയാളത്തിൽ
പറഞ്ഞാൽ എന്തെങ്കിലും മനംമാറ്റം സംഭവിക്കുമെന്ന് അവൾ വിശ്വസി
ക്കുന്നുണ്ടാകുമോ? മനസ്സ് കരയുന്ന ഒരു അച്ഛന്റേയും, മനസ്സും കണ്ണു
കളും വാക്കുകളും കരയുന്ന ഒരു അമ്മയുടേയും നിസ്സഹായതയോട്
ഞാൻ എന്ത് പറയാനാണ്?

ഞാനൊന്നും പറഞ്ഞില്ല. ഞാൻ ആ ചെറുപ്പക്കാരന്റെ മുഖത്ത്
നോക്കി. അവന്റെ കണ്ണിൽ വല്ലാത്ത ഒരു നിഷ്കളങ്കതയുണ്ടോ? നിങ്ങ
ളുടെ മകളെ ഞാൻ നല്ലപോലെ കാത്തുകൊള്ളുമെന്നും അച്ഛന്റേയും
അമ്മയുടേയും അനുവാദത്തോടെയല്ലാതെ കല്യാണം നടക്കില്ലെന്നും
ഇടയ്ക്ക് അവൻ പറയുന്നുണ്ടായിരുന്നു. നിഷ്കളങ്കതക്കും അപ്പുറം പ്ര
ണയത്തിന്റെ സങ്കടം അവന്റെ കണ്ണുകളിൽ വലിയ കടൽ സൃഷ്ടിക്കു
ന്നുണ്ടായിരുന്നു. അന്നേരം എനിക്ക് ഇങ്ങനെയൊക്കെ പറയാൻ തോന്നി:

അമ്മ കരയരുത്. അച്ഛനും വിഷമിക്കരുത്. നിങ്ങളുടെ മകളും ഇ
വനും പരസ്പരം പ്രണയിച്ചുപോയി. ഒന്നിനോടും ഒരു ആത്മാർത്ഥത
യുമില്ലാത്ത പുതിയ തലമുറയുടെ പ്രതിനിധിയായില്ലല്ലോ ഇവൻ.
എത്രയോ ദൂരെനിന്ന് നിങ്ങളുടെ മകളുടെ ഒപ്പം ജീവിക്കാൻ നിങ്ങളുടെ
അനുവാദം ചോദിച്ചു വന്നതല്ലേ? ഒരു കൗതുകത്തിനായിരുന്നുവെങ്കിൽ
മഹാനഗരത്തിന്റെ ചെളിക്കുണ്ടുകളിൽ നിങ്ങളുടെ മകളെ ഈ അഞ്ചാ
റു വർഷത്തിനിടയ്ക്ക് എപ്പോൾ വേണമെങ്കിലും ഉപേക്ഷിച്ചു അവന് ര
ക്ഷപ്പെടാമായിരുന്നല്ലോ. അതവൻ ചെയ്തില്ലല്ലോ. ഈ വരവിൽ തന്നെ
യില്ലേ അവന്റെ വിശ്വാസ്യത, അവന്റെ ചങ്കൂറ്റം, മകളോടുള്ള ഒടുങ്ങാ
ത്ത സ്നേഹം?

നാക്കിൽനിന്ന് പുറപ്പെട്ടുപോയ എന്റെ സ്വന്തം വാക്കുകളെ ഞൊ
ടിയിടയിൽ അകത്തേക്ക് തിരിച്ചെടുത്ത്, അയവിറക്കി ഞാൻ തന്നെ അ
ന്തം വിട്ടു. അച്ഛൻ വല്ലതും പറയുന്നുണ്ടോ? അമ്മ വല്ലതും പറയു
ന്നുണ്ടോ?

അപ്പോൾ ഏതാണ്ട് ഒരുമിച്ച്, ഒരേ സ്വരത്തിലാണ് അച്ഛനും അമ്മ
യും അക്കാര്യം പറഞ്ഞത്. "ജാതകം. ജാതകവശാൽ മകളുടെ വിവാ
ഹം നടക്കാൻ പാടില്ല. മകളുടെ സമയം വളരെ മോശമാണ്. വിവാഹം
നടന്നാൽ ജീവനാശം ഉറപ്പ്. മകളുടെ ഭാവി അപകടത്തിലാക്കുന്ന ഒ
ന്നിനും കൂട്ടുനില്ക്കാൻ കഴിയില്ല. അടുത്ത ഭാവിയിലൊന്നും സമയദോ
ഷം മാറാൻ പോകുന്നുമില്ല. ജ്യോത്സ്യന്മാർ തറപ്പിച്ചു പറഞ്ഞ കാര്യ
മാണ്."

നമുക്ക് വിശ്വസിക്കാതിരിക്കാമെന്നല്ലാതെ വിശ്വാസങ്ങളെ ചോദ്യം
ചെയ്യുന്നത് എനിക്കിഷ്ടമല്ല. ഓരോ വിശ്വാസവും വിശ്വസിക്കുന്നവർക്ക്
ഓരോ തരം ആശ്വാസമാണെന്ന് വിശ്വസിക്കുന്നവനാണ് ഞാൻ. ജാതക
ത്തെയും വിശ്വാസത്തെയുമൊക്കെ കുറിച്ച് സൽമാന്റെ ചിട്ടി ചെറിയൊ
രു പ്രഭാഷണം തന്നെ നടത്തി. അപ്പോഴും ആ അച്ഛനും അമ്മയും ക്ഷോ
ഭിച്ചില്ല. അദ്ദേഹം നേരത്തെ പറഞ്ഞ ഒരു സംഗതി പിന്നെയും പറഞ്ഞു.

"58 വയസ്സുവരെ ഒന്നും വിശ്വസിക്കാതിരുന്നവനാണ് ഞാൻ. പി
ന്നീട് ഈശ്വരൻ തന്നെ അവന്റെ സാന്നിദ്ധ്യം ബോദ്ധ്യപ്പെടുത്തിത്തരിക
യായിരുന്നു."

ഞാനെന്റെ കൂട്ടുകാരിയുടെ മുഖത്തേക്ക് നോക്കി. പോകാമെന്ന് അ
വൾ കണ്ണുകാട്ടി. എഴുന്നേറ്റപ്പോൾ ഷോകേസിൽ ചില്ലിട്ടുവെച്ച ഒരു
വിവാഹ ഫോട്ടോയിലേക്ക് നോക്കി. രശ്മിയുടെ ചേച്ചിയും ഭർത്താവുമാ
ണെന്ന് അമ്മ പറഞ്ഞു. അയാൾക്ക് ഒരു മറുനാടൻ ഛായയുണ്ടോ?

"ബോംബെയിൽ സ്ഥിരതാമസമാക്കിയ ഒരു നേപ്പാളി കുടുംബത്തി
ലെ പയ്യനാണ്. ഒന്നിച്ചു ജോലി ചെയ്യുമ്പോൾ അവർ ഇഷ്ടത്തിലായി.
ഞങ്ങൾ പൂജിക്കുന്ന ദൈവങ്ങളെ തന്നെയാണല്ലോ അവരും പൂജിക്കുന്ന
ത് എന്ന ഒറ്റ പരിഗണനയിലാണ് വിവാഹം നടത്തിക്കൊടുത്തത്."

എന്റെ സംശയം പിടികിട്ടിയിട്ടെന്ന പോലെ അമ്മ വിശദീകരിച്ചു.
വാതിൽക്കലോളം ഞങ്ങളുടെ പിന്നാലെ വന്ന അമ്മ പെട്ടെന്ന് സൽമാ
നോട് പറഞ്ഞു.

"എന്റെ മകളെ നീ പറഞ്ഞു മനസ്സിലാക്കിക്കൊടുക്കണം. നീ പറ
ഞ്ഞാൽ അവൾക്ക് മനസ്സിലാകും. നീ അവളുടെ നല്ല സുഹൃത്താകണം."

വീണ്ടുമൊരു തേങ്ങലിലേക്ക് അവർ തല കുമ്പിട്ടപ്പോൾ സൽമാൻ
അവരുടെ കൈകൾ പിടിച്ചു. അവന്റെ കണ്ണിലും വെള്ളം പൊട്ടി.

"കരയരുത് അമ്മാ. അമ്മ കരയരുത്. അമ്മ കരയുമ്പോൾ എനിക്ക്
രശ്മി കരയുമ്പോലെയാ തോന്നുന്നത്. ഞാൻ കാരണം ആരും കരയരു
ത്. അമ്മയുടെ മകളെ ഞാൻ സ്നേഹിച്ചുപോയി. അഞ്ചാറു കൊല്ലമാ
യി മനസ്സിൽ കൊണ്ടുനടക്കുന്ന ഇഷ്ടമാണ്. നിങ്ങളുടെ മകളെ നിങ്ങൾ
ക്ക് അറിയില്ലേ. അവൾ തെറ്റായ ഒരു തീരുമാനമെടുക്കുമെന്ന് നിങ്ങൾ
ക്ക് തോന്നുന്നുണ്ടോ? അവളെ ഏറ്റവും നല്ല രീതിയിൽ ഞാൻ നോക്കി
ക്കോളാം അമ്മാ, അവളെ എനിക്ക് തരണം..."

ഒരവസാന ശ്രമമെന്ന മട്ടിൽ അവൻ പറഞ്ഞുകൊണ്ടിരുന്നു. സ്നേ
ഹവും സങ്കടവും നനച്ച അവന്റെ വാക്കുകൾ ആ മാതൃഹൃദയത്തിന്റെ
ഏതെങ്കിലും മൂലയിൽ വീണുകാണുമോ? ഇല്ലായിരിക്കും. തേങ്ങലിന്റെ
താളത്തിൽ, അമ്മ നേരത്തെ പറഞ്ഞുകൊണ്ടിരുന്ന അതേ വാക്കുകളാ
ണല്ലോ മുറ്റത്തിറങ്ങിയ ഞാനും അവന്റെ ചിട്ടിയും കേൾക്കുന്നത്.

ഗേറ്റ് കടന്ന് കാറിൽ കയറാൻ നേരത്ത് അച്ഛൻ സൽമാന്റെ കൈ
പിടിച്ചു.

"വിഷമിക്കേണ്ട. നല്ലത് നടക്കും."

നല്ലതെന്തോ നടക്കാനിരിക്കുന്നുവെന്ന വിശ്വാസത്തിൽ ഞാൻ കാർ തിരിച്ചു. മോശമായതൊന്നും നടന്നില്ലല്ലോ എന്ന ആശ്വാസമായിരുന്നു അപ്പോൾ. അന്യനാട്ടിൽ നിന്നെത്തിയ അന്യമതക്കാരനോട് അവർ ഏറ്റവും ഹൃദ്യമായി പെരുമാറി. നല്ലത് നടക്കുമെന്ന അച്ഛന്റെ വാക്കുകളിൽ ഞാൻ ശുഭാപ്തി വിശ്വാസക്കാരനായി.

രാത്രിവണ്ടിക്ക് ചെന്നൈയിലേക്ക് മടങ്ങുമ്പോൾ അവന്റെ കണ്ണുകളിൽ നിരാശപടരുന്നുവോ എന്ന് നോക്കി. ഇല്ല അവിടെ പ്രണയത്തിന്റെ പ്രത്യാശ മാത്രമേയുള്ളൂ. തീവണ്ടി നീങ്ങവേ കൈ വീശി യാത്രയാക്കുമ്പോൾ മനസ്സിൽ ഞാനും പറഞ്ഞു.

"നല്ലത് നടക്കും."

www.ingramcontent.com/pod-product-compliance
Lightning Source LLC
La Vergne TN
LVHW040020070726
842759LV00026B/535